மகளிர் மட்டும்

மகளிர் மட்டும்

டாக்டர் மகேஸ்வரி ரவி

நலம்

மகளிர் மட்டும்

Magalir Mattum

Dr. Maheshwari Ravi ©

First Edition: March 2007
128 Pages

ISBN: 978-81-8368-338-8
Title No. Nalam 020

Nalam
177/103, First Floor,
Ambal's Building, Lloyds Road,
Royapettah, Chennai 600 014.
Ph: +91-44-4200-9601

Email : support@nhm.in
Website : www.nhm.in

Nalam is an imprint of New Horizon Media Private Limited

உள்ளே

அணிந்துரை

பெண்கள் கல்வி அறிவு பெற்றவர்களாக, பொருளாதார பலம் பெற்றவர்களாக சொத்துரிமை உள்ளவர்களாக இருக்கவேண்டும். பெண்ணுரிமையின் முக்கியக்கூறுகளாக இவற்றைக் கூறமுடியும். அதே சமயம் பால் வேறுபாடு ஒன்றின் காரணமாகவே பெண், குடும்பம் என்ற அமைப்பில் ஒடுங்கி கிடந்து, மக்கிப் போவதற்கான கூறுகளை நாம் கடுமையாக எதிர்த்து வருகிறோம். டாக்டர் மகேஸ்வரி ரவி இந்த கூறுகளுடன் ஒரு பெண் நல்ல உடல் நலமும், உடல் வலிமையும் உள்ளவளாகவும் இருக்கவேண்டும் என்பதை 'மகளிர் மட்டும்' என்கிற இந்த நூலில் வலியுறுத்தி இருக்கிறார்.

பெண்களுக்குத் தங்களின் உடற்கூறு குறித்தும், உடல்நலன் பேணுவதற்கான வழிமுறைகளைக் குறித்தும் அறிந்து கொள்ளும் வகையில் இந்நூல் எழுதப்பட்டுள்ளது. இயல் பான வெட்கத்தின் காரணமாக மற்றவர்களிடம் கேட்கத் தயங்கும் தனிப்பட்ட பாலியல் தொடர்பான வினாக் களுக்கும்கூட நாகரிகமான சொற்களில், எளிய முறையில் விடையளிக்கிறார் ஆசிரியர். அவர் மகப்பேறு மருத்துவத்தில் பெற்றிருக்கும் நிபுணத்துவம் அதற்குப் பெரிதும் உதவியிருக்கிறது.

பெண் குழந்தைகள் மீது நடக்கும் பாலியல் ரீதியான வன் முறையைத் தடுக்கத் தாய் அந்த குழந்தைக்குத் 'தொடுதல்' பற்றிய அறிவை சிறுவயதிலிலேயே ஏற்படுத்த வேண்டியது அவசியம் என கூறும் ஆசிரியர், பெண் குழந்தைகளை கவனத் துடன் கவனிக்கும் அதேசமயம் தான் கண்காணிக்கப் படுகிறோம் என்ற உணர்வு அந்த குழந்தைக்கு ஏற்படாமலும் பார்த்துக்கொள்ள வேண்டும் என்கிறார். பெண் குழந்தைகள் மீதான வன்முறை சென்ற ஆண்டைவிட 7 சதவீதம் மேல் அதிகரித்திருக்கிறது (தினமணி 4.4.07) என்ற பெண்கள் ஆணையம் தரும் தகவலை முன்வைத்துப் பார்க்கும் போதுதான் இந்நூலின் முக்கியத்துவத்தை உணரமுடியும்.

பெண்ணின் உடல்நலனை முன்வைத்து 'மகளிர் மட்டும்' எழுதப்பட்டிருந்தபோதிலும் ஆசிரியரின் சமூக அக்கறையை நூல் முழுக்க காணமுடிகிறது. குடும்பக் கட்டுப்பாடு முறைகள், மகப்பேறின்மைக்கான காரணங்கள், பெண்களின் வாழ்க்கைப் பயணத்தின் முக்கிய இடமான மெனோபாஸ் காலம், என பெண்ணின் உடற்கூறு தொடர்பான அனைத்து விஷயங்களும் இப்புத்தகத்தில் விரிவாகப் பேசப்பட்டுள்ளன.

'ஆண்களுக்காகவே வாழப்பிறந்தவர்கள் நாம்' என்னும் மனோபாவத்திலிருந்து பெண்கள் தம்மை மாற்றிக்கொண்டு தனக்காகவும் வாழும் சூழலை ஏற்படுத்திக்கொள்ள வேண்டும் என்கிறார் ஆசிரியர். தன் குடும்பத்திலும் பல துறைகளிலும் திறமையுடன் பணிசெய்து, ஆண்களுக்கு நிகரான பாராட்டைப் பெற, அவளது உடல்நலன் பேணப்பட வேண்டியது அவசியம் என்பதும் இப்புத்தகத்தில் வலியுறுத்தப்பட்டுள்ளது.

எளிமையான அழகிய தமிழ்நடை ஆசிரியர் தமிழில் பல நல்ல மருத்துவ நூல்களை எழுதலாமே என்ற எதிர்பார்ப்பை ஏற்படுத்துகிறது. இந்நூல் பெண்கள் மட்டுமல்ல; ஆண்களும் படிக்க வேண்டிய நூல்.

அன்புடன்,

டாக்டர் கே.எஸ். லக்ஷ்மி,
முதல்வர், மீனாட்சி கல்லூரி
சென்னை.

முன்னுரை

பெண் - குடும்பம் என்கிற அமைப்பின் மைய அச்சு. ஒரு குடும்பத்தின் ஒட்டுமொத்த இயக்கமும் பெண்ணைச் சுற்றித்தான் சுழல்கிறது என்றால் அது மிகை இல்லை. உடல்நலக் குறைபாடு காரணமாக அப்பெண்ணின் உடல் இயக்கம் தாற்காலிகமாக நின்றால்கூட குடும்பத்தின் இயல்பு நிலை தவறிப்போகிறது.

எனவே, குடும்பம் இயல்பாக இயங்க வேண்டுமென்றால், அதன் ஆணிவேரான பெண், ஆரோக்கியமாக இருப்பது மிக மிக அவசியம். ஒரு பெண்ணின் ஆரோக்கியம், முழுக்க முழுக்க அவளது இனப்பெருக்க நலனைச் சார்ந்தே அமைகிறது.

ஏனெனில், ஒரு பெண்ணின் உடலிலும் உள்ளத்திலும் ஏற்படும் மாறுதல்கள் அவளது இனப்பெருக்க உறுப்புகளின் செயல்பாடுகளைச் சார்ந்தே அமைகின்றன. மாதவிலக்கு, திருமணம், கர்ப்பம் தரித்தல், மகப்பேறின்மை, கரு கலைதல், கருத்தடை, மாதவிலக்கு முற்று என ஒவ்வொரு பருவத் திலும் அவள் எதிர்கொள்ளும் பிரச்னைகளை இனப்பெருக்க உறுப்புகளின் இயக்கங்களே தீர்மானிக்கின்றன.

இந்த மாற்றங்களையும் பிரச்னைகளையும் ஏற்றுக்கொள் வதும், அவற்றை வெற்றிகொள்வதும்தான் ஒரு பெண்ணின் வாழ்க்கையில் உள்ள முதன்மையான சவால்.

மேற்சொன்ன பிரச்னைகளைக் காரணம் காட்டி, பல விஷயங் களில் பெண்களை இந்தச் சமூகம் முடக்கி வைத்திருக்கிறது. சமூக அடிப்படையிலான இந்த விலங்கை உடைத்தெறிவது பெண்களுடைய மற்றொரு சவால்.

இவற்றையெல்லாம் அடிப்படையாகக் கொண்டுதான் 'இனப் பெருக்க நலனைப் பாதுகாத்துக்கொள்வதே உண்மையான பெண்ணுரிமையின் அடையாளம்' என்று உலக சுகாதார மையம் அறிவித்திருக்கிறது. இந்த வரையறையின் பின்னணி யில் பெண்களுக்கு இரண்டு கேள்விகள் எழக்கூடும்.

ஒன்று - இனப்பெருக்க நலனைப் பாதுகாப்பது எப்படி? இரண்டு - உடல்நிலை, குடும்ப அமைப்பு, சமூகம் போன்றவை முன்வைக்கும் சவால்களை எதிர்கொண்டு வெற்றிகொள்வது எப்படி? இந்தக் கேள்விகளை மையமாக வைத்துத்தான் இப்புத்தகத்தை எழுதியிருக்கிறேன்.

ஒரு மகப்பேறு மருத்துவராக மட்டுமின்றி, மகள், சகோதரி, மனைவி, மருமகள், தாய் என்ற நிலைகளில் இருந்தும், ஒரு பெரிய குடும்பத்தின் அங்கமாக இருந்து, அம்மா, சகோதரி, அத்தை, பாட்டி போன்றவர்களிடம் இருந்து அனுபவரீதியாக நான் தெரிந்துகொண்ட விஷயங்களையும் இந்தப் புத்தகத் தில் உங்களுடன் பகிர்ந்துகொண்டு இருக்கிறேன். எனது அனுபவங்கள் உங்களுக்கும் பயன்படும் என்று நம்புகிறேன்.

மகளிர் மருத்துவக் கல்வித் துறையில் எனக்கு ஆசானாக இருந்த என் மாமியார் டாக்டர் இந்திரா ராமமூர்த்தி, வாழ்க்கை அனுபவங்களை எதிர்கொள்ளும் துணிவையும், சுதந்தரமாகவும், தன்னிச்சையாகவும் செயல்படவும் என்னை ஊக்குவித்த என் தந்தை டி.ஜானகிராமன் மற்றும் என் மாமனார் பிரபல நரம்பியல் நிபுணர் மறைந்த பி.ராமமூர்த்தி ஆகியோருக்கு என் மனமார்ந்த நன்றி.

அன்புடன்,
டாக்டர் மகேஸ்வரி ரவி
நியூ லைஃப் ரிசர்ச் சென்டர்,
எண். 27, சிஐடி காலனி, 2-வது மெயின் ரோடு,
மயிலாப்பூர், சென்னை - 600 004.
தொலைபேசி : 044-65674547, 65295739

1

ஏழு பருவங்கள்

பெண் என்பவள் ஓர் அதிசய தேசம்; ஆச்சரியங் கள் நிறைந்த பூமி; சுவாரசியங்களின் சுரங்கம். - கவிஞர்களும் எழுத்தாளர்களும் பெண்ணைப் பற்றி இப்படி விதவிதமாக வர்ணனை செய்திருப்பதைப் படித்திருப்பீர்கள். பெண் என்கிற படைப்பை, உடலியல் மற்றும் உளவியல் அடிப்படையில் ஆராய்ந்தால் இந்த வர்ணனைகளெல்லாம் மிகையல்ல என்றே சொல்ல வேண்டும்.

இயற்கையின் படைப்பில் அனைத்துமே அதிசயம்தான். எனில், பெண்ணிடம் மட்டும் அப்படியென்ன ஆச்சரியம் புதைந்து கிடக் கிறது? நியாயமான கேள்விதான். இக்கேள்விக் கான பதில்தான், இந்தப் புத்தகமாக மலர்ந் திருக்கிறது.

பிறப்பு முதல் இறப்பு வரையிலான தனது வாழ்க்கைப் பயணத்தில், பல்வேறு பருவ மாறு பாடுகளையும், வளர்ச்சி நிலைகளையும் ஒரு பெண் கடந்து செல்கிறாள். ஒவ்வொரு வளர்ச்சி

நிலையிலும் அவளின் உடலிலும், மனத்திலும் ஏராளமான மாற்றங்கள் ஏற்படுகின்றன.

ஓர் ஆணின் வளர்ச்சி நிலைகளிலும் மாற்றங்கள் உண்டுதான். எனினும், அவற்றைக் காட்டிலும் பெண்ணின் உடலில் நிகழும் விசேஷமான மாறுதல்கள், சுவாரசியம் மிகுந்தவை யாக, கவனம் ஈர்ப்பவையாக இருக்கின்றன.

அதனால்தான், பெண் ஓர் அற்புதப் படைப்பாக ஆண்களா லேயே கொண்டாடப்படுகிறாள். ஆணிடமிருந்து, முற்றி லும் வேறுபட்டிருக்கும் அவள், புரியாத புதிராகவும் கருதப் படுகிறாள்.

ஆனால், ஒரு பெண், தனக்கே புரியாத புதிராக இருக்கக் கூடாது. தனது உடல் பற்றியும், அதில் பொதிந்திருக்கும் ரகசியங்கள் பற்றியும் அவள் முழுமையாக அறிந்து கொள்ள வேண்டும். படிப்படியாக அவளுக்குள் நிகழும் மாறுதல்கள் பற்றி அவள் தெளிவாகப் புரிந்துகொள்வதும் அவசியம். அப்போதுதான் ஆரோக்கியமான வாழ்க்கை சாத்தியமாகும்.

வேறு வகையில் சொல்வதெனில் உடல் மற்றும் மன வியாதிகளோடு போராடாமல் வாழ வேண்டுமெனில் ஒரு பெண் தன்னை அறிவது முக்கியம். இந்த விஷயத்தைப் பொறுத்தவரையில் 'knowledge is bliss' என்று சொல்வதுதான் சரி.

தன்னை அறிவது எப்படி? அதற்கொரு சுலபமான வழி இருக்கிறது. பெண்ணின் வளர்ச்சி நிலைகளை ஏழு பருவங் களாகப் பிரித்துக்கொள்ளலாம். அவை:

1. சிசுப்பருவம் (Infant) - *0-1* வயது வரை

2. குழந்தைப் பருவம் (Childhood) - *1-9* வயது வரை

3. விடலைப் பருவம் (Adolescent) - *10-18* வயது வரை

4. இனப்பெருக்கத்துக்குரிய பருவம் (Fertile Period) - *18-30* வயது வரை

5. நடுத்தர வயது (Middle Age) - *30-50 வயது வரை*

6. மாதவிலக்கு நிற்கும் பருவம்

7. மாதவிலக்கு தாண்டிய பருவம்

ஒவ்வொரு பருவத்தைப் பற்றியும் விரிவாகத் தெரிந்து கொண்டால் தன்னை அறிவது எளிது.

இனி விரிவாகப் பார்க்கலாமே!

2

குவா... குவா...

வித்யாவுக்குப் பெண் குழந்தை பிறந்த செய்தியைக் கேள்விப்பட்டு, மகிழ்ச்சியோடு மருத்துவமனைக்கு ஓடோடி வந்தனர் அவளது அம்மாவும் அப்பாவும். வித்யாவின் அருகில் குழந்தையைக் காணவில்லை.

'குழந்தை எங்கே?' என்று வித்யாவிடம் விசாரிக்க, திடீரென்று ஒரு நர்ஸ் வந்து தூக்கிக் கொண்டு போனதாகச் சொல்கிறாள். என்ன விஷயம் என்பது புரியாமல் அனைவரும் குழம்பிக் கொண்டிருந்த நேரத்தில், நர்ஸ் குழந்தை யோடு திரும்பி வருகிறார்.

'ஏதாவது பிரச்னையா?' என நர்ஸிடம் வித்யாவின் அப்பா பதற்றமாகக் கேட்க, குழந்தையின் சிறுநீர்ப் பையில் பிரச்னை இருப்பதாகப் பதில் கிடைக்கிறது. அனைவரும் அதிர்கிறார்கள்.

'பச்சப் புள்ளைக்கு போய் இந்த மாதிரி பிரச்னை வருமா?' என்று கலங்கி அழுகிறாள் வித்யா.

இந்தச் சம்பவத்தைப் படிக்கையில், வித்யாவுக்கு வந்த அதே கேள்வி, உங்களில் பல பேருக்கு வரலாம். கேள்வி எழலாமே தவிர, இதில் அதிர்ச்சியடைவதற்கோ, அழுது புலம்பு வதற்கோ எந்த அவசியமும் இல்லை. சொல்லப்போனால் முன்கூட்டியே குழந்தையின் நிலை தெரிய வந்ததற்காக அவர்களுக்கு நிம்மதிதான் வரவேண்டும்.

பொதுவாகக் குழந்தை பிறந்தவுடன் பலரும் இப்படித்தான் விசாரிக்கிறார்கள்: 'குழந்தை கறுப்பா, சிவப்பா? குழந்தை யின் லட்சணம் குறித்து கேட்கப்படுகிற கேள்வி இது! ஆனால், அதைவிடவும் முதலில் கவனிக்கப்பட வேண்டிய விஷயம், குழந்தையின் ஆரோக்கியம்!

பிறந்த குழந்தையின் உடல் உறுப்புகள் அமைப்பிலும், இயக்கத்திலும் சரியாக இருக்கின்றனவா என்று கவனமாகப் பார்க்க வேண்டும். குறிப்பாக, பிறந்தது பெண் குழந்தை யெனில், அதன் பிறப்புறுப்பையும், கிளிட்டோரிஸ் அளவை யும், சிறுநீர்ப்பையின் வாய் அமைப்பையும், லேபியாத் தசை மடிப்புகளையும் கூடுதல் கவனத்தோடு பரிசோதிக்க வேண்டும். ஏதாவது பிரச்னை இருப்பின், உடனடியாக மருத்துவரிடம் குழந்தையைக் காண்பிக்க வேண்டும்.

பாரம்பரியம், மாசுபட்ட சுற்றுப்புறம் போன்ற காரணங் களினால் சிறுநீரகத்திலோ, சிறுநீர்ப் பாதையிலோ பல்வேறு நோய்த் தாக்குதல்கள் ஏற்படலாம்.

இவற்றை சிசுப் பருவத்திலேயே கண்டறிந்து சரி செய்துவிட வேண்டும். இல்லையெனில் பிற்காலத்தில் அந்தக் குழந்தைக்குத்தான் சிக்கல். பிரச்னை சிறிதோ, பெரிதோ, முளையிலேயே கிள்ளி எறிவதுதானே சரி!

கருவறையில் பாதுகாப்பாக இருந்த சிசுவுக்கு, புறச்சூழல் மிகப் புதிது. கண்ணுக்குத் தெரியாமல் காற்றில் மிதந்து கொண்டிருக்கும் நோய்க்கிருமிகளை எதிர்த்துப் போராடும் சக்தியும் குறைவாகவே இருக்கும். பிறந்த சிசுவின் உடலில் நோய்க்கிருமிகளை எதிர்த்துப் போரிடும் வீரர் படையை உருவாக்க வேண்டியது உடனடித் தேவை. அந்த சக்தி தாய்ப் பாலுக்கு மட்டும்தான் உண்டு. எனவே, குழந்தைக்கு ஒரு வயது ஆகும் வரை தாய்ப்பால் கொடுப்பது மிக அவசியம்!

அதே சமயம், தாய்ப்பாலை மட்டுமே கொடுக்க வேண்டிய தில்லை. மூன்றாவது மாதத்தில் இருந்து, பசும்பால் அல்லது எருமைப்பால் மற்றும் மருத்துவர் பரிந்துரைக்கிற சத்துணவு களை கொடுக்க ஆரம்பிக்கலாம். ஒன்பதாவது மாதத்தி லிருந்து ஒரு வயது நிரம்புவதற்குள்ளான காலகட்டத்தில், தாய்ப்பால் கொடுப்பதைக் கொஞ்சம் கொஞ்சமாகக் குறைக்கலாம்.

குழந்தைக்கு ஒரு வயது ஆன பின்னர், அனைத்து வகையான உணவுகளையும் கொடுக்க ஆரம்பிக்கலாம். தேவைப் பட்டால் சத்து டானிக்குகளையும் தரலாம். ஊட்டச்சத்து மிக்க உணவைத் தருவதன் மூலம், உடல் ஆரோக்கியம் மேம்படுவதோடு, பிற்காலத்தில் அநாவசியமான நோய்கள் அண்டாமல் காக்கவும் முடியும். குழந்தையின் வளர்ச்சியும் சீராக அமையும்.

கொடுக்கிற உணவில் மட்டும் கவனமாக இருந்தால் போதாது. குழந்தையிடம் அசாதாரணமான மாற்றங்கள் ஏதேனும் ஏற்படுகிறதா என்பதையும் கவனித்துக் கொண்டே வரவேண்டும்.

எப்போதும் அமைதியாகவோ அல்லது அடம்பிடித்தோ குறிப்பிட்ட நேரத்தில் சாப்பிட்டுவிடும் குழந்தை, சில சமயங்களில், உணவைக் கண்டாலே பூச்சாண்டியைப் பார்த் தது போல அலறும். பாத்திரத்தைத் தள்ளும். பசியின்மையின் காரணமாக அப்படிச் செய்கிறதா என்பதை உறுதிப்படுத்திக் கொள்ள வேண்டும். சில குழந்தைகளிடத்தில் அஜீரணம், வயிற்றுப்போக்கு போன்ற அறிகுறிகள் காணப்படும். மேலே சொன்னவற்றில் ஏதேனும் ஒரு அறிகுறி தென்பட்டாலும் உடனே குழந்தை நல மருத்துவரிடம் சென்று காண்பிக்க வேண்டும்.

தானாக சரியாகிவிடும் என்று தள்ளிப் போடுவதா அல்லது மருந்துகள் மூலமாகக் குணப்படுத்த முயல்வதோ கூடாது. சுய மருத்துவம் செய்து கொள்வதே தவறு. குழந்தையிடம் பரிசோதனை முயற்சி செய்து பார்ப்பது அதைவிடவும் பெரிய தவறு!

குழந்தைக்கு நோய், நொடி என்று வந்தால்தானே இதுபோன்ற விஷப் பரீட்சையில் இறங்குவதற்கு! உங்களது

வாரிசை சுத்தமாகவும், சுகாதாரமாகவும் பார்த்துக் கொண்டால் நோய்க்கு 'நோ அட்மிஷன்' போட்டு விடலாமே!

சுத்தம், சுகாதாரம் என்றவுடன் பிரம்மாண்டமாக யோசிக்க வேண்டியதில்லை. சின்னச் சின்ன விஷயங்களில் கவனமாக இருந்தால் போதும்.

குழந்தையை தினமும் வெதுவெதுப்பான நீரில் குளிப் பாட்டுங்கள். சிறுநீரோ அல்லது மலமோ கழித்த பின்னர் நன்றாக சுத்தம் செய்யுங்கள். எப்பொழுதும் ஈரத்துடன் இருப்பது குழந்தைக்கு நல்லதல்ல. எனவே, ஈரம் போக நன்கு துடைத்துவிட்டு பவுடர் போடுங்கள். நாப்கின் உபயோகிக்கும்போது சில சமயம் தொடை இடுக்குகளில் சிறு கொப்புளங்கள் வர வாய்ப்புண்டு. நாப்கின் ஈரமாகி விட்டதா என்பதை கவனமாகப் பார்த்து மாற்றிவிட்டால் இந்த பிரச்னையைத் தவிர்த்துவிடலாம்.

குழந்தையின் பிறப்புறுப்பு, சிறுநீர் வெளிவரும் பாதை போன்ற இடங்களில் நோய்த்தொற்று ஏற்படாமல் சுத்தமாக வைத்துக்கொள்ள வேண்டும்.

எவ்வளவு கவனமாக இருந்தாலும், நமது பாதுகாப்பு அரண்களைத் தாண்டியும், சில நோய்கள் குழந்தையை ஆக்ரோஷமாகத் தாக்கக்கூடிய வாய்ப்புண்டு. அவற்றை எதிர்கொள்ள தடுப்பூசிகள் வடிவில் ராணுவம் தயாராக இருக்கிறது. மருத்துவரின் ஆலோசனைப்படி, குறிப்பிட்ட காலத்தில் அந்தந்த தடுப்பூசிகளை மறக்காமல் போட்டுவிட வேண்டியது உங்களது கடமை.

சிசுப்பருவத்தில் ஐந்து வகையான தடுப்பூசிகளை குழந்தைக் குப் போட வேண்டியிருக்கும். அவை:

1. பிசிஜி தடுப்பூசி

குழந்தையின் உடலில் காசநோய் எதிர்ப்புச் சக்தியை உருவாக்குவதற்காக பிசிஜி தடுப்பூசி போடப்படுகிறது. குழந்தை பிறந்தவுடன் இந்தத் தடுப்பூசியைப் போட வேண்டும். அப்படியில்லையெனில் மூன்று மாதத்திற் குள்ளேயாவது போட்டுவிட வேண்டும்.

2. போலியோ

போலியோ எனப்படும் இளம்பிள்ளை வாதத்திலிருந்து குழந்தையைக் காப்பாற்றும் தடுப்பு மருந்து இது. குழந்தை பிறந்த 3-வது, 4-வது, 5-வது மாதங்களில் போலியோ சொட்டு மருந்தைக் கொடுக்க வேண்டும். நான்கரை வயதில் ஒரு முறையும், ஐந்து வயது முடிவில் ஒரு முறையும் கொடுக்க வேண்டும்.

3. டிபிடி

ட்ரிபிள் ஆன்டிஜன் என்றழைக்கப்படும் டிபிடி தடுப்பூசி, டிப்தீரியா, கக்குவான் இருமல், டெட்டனஸ் ஆகிய மூன்று எதிரிகளைத் தனியாளாக அழிக்கும் படைவீரன். டிபிடி தடுப்பூசியை 3-வது, 4-வது மற்றும் 5-வது மாதத்திலும், ஒன்றரை வயது முடிவிலும், ஐந்து வயது முடிவிலும் போட வேண்டும்.

4. ஹெபடைடிஸ் பி தடுப்பூசி

மஞ்சள் காமாலை நோயைத் தடுக்கும் இந்தத் தடுப்பூசியை, குழந்தை பிறந்தவுடன் போடவேண்டும். பிறகு 3-வது மாதத்திலும் 5-வது மாதத்திலும் போடவேண்டும்.

இவை தவிர, டெட்டனஸ் நோய்க்கு எதிரான டிடி தடுப்பூசி, குழந்தையின் ஒரு வயது நிறைவிலும், ஆறு வயது நிறை விலும் போடப்படுகிறது. பி.சி.ஜி. ரூபெல்லா என்கிற தடுப்பூசி ஒரு பெண்ணின் 13-வது வயதில் போடப்படுகிறது. (ரூபெல்லா என்பது டோகா வைரஸால் ஏற்படுகிற ஒரு வகையான தொற்று நோய். நோய் எதிர்ப்புச் சக்தியில்லாத பெண்ணை மட்டுமின்றி, அவளது வயிற்றில் வளரும் கருவையும் தாக்கக்கூடிய சக்தி படைத்தது.)

இவற்றையெல்லாம் கவனமாகக் குறித்து வைத்துக்கொண்டு சரியான சமயத்தில் மறக்காமல் போட்டுவிடுங்கள்.

ஆரோக்கியமான உணவு, சுகாதாரமான சூழல், நோய் எதிர்ப்புக்கான தடுப்பூசிகள் இவை மூன்றையும் உங்களது பெண் குழந்தைக்குக் கொடுப்பதன் மூலம், அதன் சிசுப் பருவத்தை சிக்கல், சிரமமில்லாத பருவமாக ஆக்கமுடியும்.

3

அம்மா மூச்...!

தனது நெருங்கிய தோழி திவ்யாவின் வீட்டுக்கு வந்திருந்தாள் வித்யா. உடன் அவளது ஒன்றரை வயதுப் பெண் குழந்தை யாழினி. தோழிகள் இருவரும் அரட்டையில் இருக்க, யாழினியும், திவ்யாவின் பெண் ஹரிணியும் விளையாடிக் கொண்டிருந்தனர்.

திடீரென்று ஹரிணி, திவ்யாவிடம் ஓடிவந்து 'அம்மா... மூச், அம்மா மூச்' என்றாள். உடனே அவளை டாய்லெட்டுக்கு அழைத்துச் சென்றாள் திவ்யா. அனைத்தையும் வேடிக்கை பார்த்துக் கொண்டிருந்த வித்யாவின் முகம் வாடியது.

காரணம் என்னவென்று திவ்யா விசாரித்தாள்.

'உன் பொண்ணுக்கும், என் பொண்ணுக்கும் ஒரே வயசுதான். ஆனா, பாத்ரூம் வந்தா என் பொண்ணு சொல்லமாட்டேங்கிறா... இருந்த இடத்திலேயே போயிடறா...!' என்று வருத்தப் பட்டாள்.

வித்யாவின் வருத்தம் நியாயமானதுதான். ஆனால் அவள் குழந்தையை குறை சொல்லிப் பயனில்லை. குழந்தைக்கு அனைத்து விஷயங்களையும் சிறிது சிறிதாக சொல்லிக் கொடுக்க வேண்டியது ஒரு தாயின் கடமை! குழந்தைக்கு எளிதில் புரியாது. சொல்லிக் கொடுத்தாலும் 'மாத்தேன் போ' என்று அடம்பிடிக்கும். ஆனாலும் பொறுமையோடு சொல்லிக் கொடுத்து பழக்கப்படுத்த வேண்டியது அம்மா வின் கையில்தான் இருக்கிறது.

முக்கியமாக, சிறுநீர் மற்றும் மலம் கழிக்கும் பழக்கத்தை குட்டிப் பாப்பாவிடம் ஏற்படுத்த வேண்டும். இந்த பருவத் தில் மலம் கழிக்காமல் குழந்தை ரொம்பவே அடம்பிடிக்கும். பக்குவமாக எடுத்துச்சொல்லி, மெல்ல மெல்ல உங்களின் குட்டி தேவதைக்குப் புரிய வைக்க வேண்டும்.

அதோடு, இயற்கை உபாதை வந்தால் அதை உங்களிடம் தெரிவிக்கும் பழக்கத்தையும், கழிவறைக்குச் செல்லும் பழக்கத்தையும் உருவாக்க வேண்டும். இவை தவிர, இன்னும் சில முக்கியமான பழக்கங்களையும் உங்களின் குழந்தைக்குக் கற்றுத்தர வேண்டியிருக்கிறது. அந்தச் சிறிய பட்டியல் இதுதான்.

- கை, கால், தலைமுடி, ஆடை ஆகிய அனைத்தையும் சுத்தமாக வைத்திருத்தல்

- தினமும் இருமுறை பல் துலக்குதல்

- சாப்பிடுவதற்கு முன் கை கழுவுதல்

- மலம் கழித்த பின், சோப்பு போட்டு கை கழுவுதல்

- வடிகட்டிய, காய்ச்சிய நீரைக் குடித்தல்

பட்டியலிலுள்ள பழக்கங்களை குழந்தைப் பருவத்திலேயே கற்றுக் கொடுத்துவிடுங்கள். ஐந்தில் பழக்கப்படுத்தாததை, ஐம்பதில் பழக்குவது கடினம்!

இந்தப் பருவத்தில்தான் பொம்மைகளோடு குழந்தை அதிக மாக விளையாடும். அதில் தவறில்லை. ஆனால் விளை யாடக் கொடுக்கும் பொம்மைகள் காயம் ஏற்படுத்தாதவை யாக இருக்க வேண்டும். குழந்தையைப் பொறுத்தவரை டெடி பியரும் பொம்மைதான். கத்தியும் பொம்மைதான்.

அதற்கு வித்தியாசம் தெரியாது. நாம்தான் ஆபத்தான பொருட்களோடு குழந்தை விளையாடாமல் கவனமாகப் பார்த்துக்கொள்ள வேண்டும்.

மண்ணில் போட்டுப் புரட்டி விளையாடுவதால் பொம்மை களில் அழுக்கும், தூசும் படியும். அவற்றோடு விளையாடு கையில், குழந்தைக்கு நோய்த் தொற்று ஏற்பட நிறைய வாய்ப்பிருக்கிறது. எனவே, அவ்வப்போது பொம்மை களைச் சுத்தப்படுத்தி வைக்க வேண்டியது அவசியம்.

பொம்மைகளோடு விளையாடிய நேரம் போக, மீதமுள்ள நேரத்தில் ஓடியாடத்தான் குழந்தை விரும்பும். அப்படி ஓடி விளையாடுகையில் அடிக்கடி விழுந்து காயம்பட்டுக் கொள்ள நேரிடும். அது போன்ற சமயங்களில் பதற்றப் படாமல், குழந்தையைச் சமாதானப்படுத்த வேண்டும்.

காயம்பட்ட இடத்தை சோப் போட்டு, தண்ணீரில் கழுவ வேண்டும். பின்னர் தாமதிக்காமல் மருத்துவரிடம் சென்று காயத்தைக் காண்பித்து சிகிச்சை பெற வேண்டும். காயத்தைக் கண்டு கொள்ளாமல் விட்டால், சீழ் கட்டி, குழந்தையை மிகவும் சிரமப்படுத்திவிடும். அந்த அளவிற்கு விட்டு விடாமல் கவனமாக இருங்கள்.

உடலில் காயம்படாமல் எந்நேரமும் குழந்தையைக் கண் காணிப்பது கடினம்தான். ஆனால், பிஞ்சு மனத்தில் காயம் ஏற்படாமல் பார்த்துக் கொள்வது பெற்றோரின் கையில்தான் இருக்கிறது.

ஒரு சின்ன நிராகரிப்புகூட அதன் மனத்தில் ஆழமான வடுவை ஏற்படுத்திவிடும். எனவே, குழந்தையை அணுகும் விதத்தில் விழிப்போடு இருங்கள். குழந்தை பேசுவதை காது கொடுத் துக் கேளுங்கள். குழந்தைக்காக நேரத்தைச் செலவிடுங்கள். விளையாட்டு, படிப்பு என குழந்தையின் செயல்கள் எதுவாக இருந்தாலும், நீங்களும் அதில் பங்கேற்பாளராக இருங்கள். முடியவில்லையெனில் பார்வையாளராகவாவது இருக்க வேண்டும். அப்போதுதான் குழந்தையை முழுதாகப் புரிந்து கொண்டு கவனித்துக்கொள்ள முடியும்.

பெற்றோரின் முழுமையான பாசமும், அரவணைப்பும், கவனிப்பும் கிடைத்தாலே போதும். குழந்தையின் மனம்

ஆரோக்கியமாக இருக்கும். பாசமாக இருந்தால் மட்டும் போதாது. உங்களின் பாசத்தை குழந்தையும் உணரச்செய்ய வேண்டும்.

'அம்மாவும் அப்பாவும் நம் மீது பாசமாக இருக்கிறார்கள்' என்கிற எண்ணமும், நம்பிக்கையும்தான் ஒரு குழந்தைக்கான உற்சாக டானிக்!

சிசு மற்றும் குழந்தைப் பருவம் பற்றி நான் இதுவரை சொன்னதெல்லாம் ஆண், பெண் இருபாலருக்குமே பொருந் தும். ஆண், பெண் இருவருக்குமே ஒரே மாதிரியான கவ னிப்பு அவசியம் என்றாலும், தற்போதைய சமூகச் சூழலில் பெண் குழந்தையின் மேல் கூடுதல் விழிப்புணர்வோடு இருக்க வேண்டியிருக்கிறது.

ஏனெனில், பிஞ்சுக் குழந்தைகளை பாலியல் பலாத்காரம் செய்கிற போக்கு சமூகத்தில் அதிகரித்து விட்டது. 1-லிருந்து 9 வயதுக்குள் அறியாமையும் பயமும்தான் ஒரு குழந்தை யிடம் மிகுதியாக இருக்கும். பெண் குழந்தையெனில் கேட்கவே வேண்டியதில்லை. அந்த பலவீனத்தால்தான் பெண் குழந்தைகள் பாலியல் பலாத்காரத்துக்கு இரையாகி றார்கள்.

இத்தகைய கொடுஞ் செயலை, வெளியாட்களை விட, குழந்தையைச் சுற்றியுள்ள நெருக்கமான உறவினர்கள்தான் அரங்கேற்றுகிறார்கள். பயத்தின் காரணமாக குழந்தை அதை வெளியே சொல்வதில்லை. அதனால், பாலியல் தொல்லை யாரால் ஏற்படுகிறது என்பதை சரியாகக் கண்டுபிடிக்க முடியாது.

இதற்கு ஒரே வழி, பெற்றோர்கள் விழிப்போடும் கண்காணிப் போடும் இருப்பதுதான். குடும்பத்திலுள்ள மற்ற ஆண்கள், பக்கத்து வீட்டுக்காரர்கள், நண்பர்கள், வேலைக்காரர்கள் ஆகியோர் குழந்தையிடம் எப்படிப் பழகுகிறார்கள் என் பதைத் தெரிந்து கொள்ளுங்கள்.

குழந்தையிடம் இதுபற்றி நாசூக்காக விசாரித்தாலே ஒவ்வொருவரும் பழகும் விதம் புரிந்துவிடும். அதற்கு ஏற்றபடி யாரிடம் பழகலாம், யாரிடம் பழகக்கூடாது என்று குழந்தைக்கு அறிவுறுத்த வேண்டும். சம்பந்தப்பட்ட

வர்களை எச்சரித்து, குழந்தையோடு பழகவிடாமல் ஒதுக்க வேண்டும்.

ஓரளவிற்கு புரிகிற வயது வந்தவுடன், எது தவறான 'டச்', எது சரியான 'டச்' என்று குழந்தைக்குப் புரிய வைக்கலாம். தவறான 'டச்' என்று குழந்தை உணர்வதை, உடனடியாக அம்மாவிடமோ அல்லது ஆசிரியரிடமோ தெரிவிக்குமாறு குழந்தையைப் பழக்க வேண்டும்.

முன்பின் தெரியாதவர்களிடம் பேசவேண்டாம் என குழந்தையிடம் மென்மையாக எடுத்துச் சொல்லுங்கள். இரவில் துணையின்றி வெளியில் போகவேண்டாமென அறிவுறுத்துங்கள். அதே சமயம் உங்களது எச்சரிக்கைகள் 'ஓவர் டோஸ்' ஆகிவிடாமல் பார்த்துக் கொள்ளுங்கள். 'அங்கே போகக்கூடாது, இவரோடு பேசக்கூடாது' என்று எதற்கெடுத்தாலும் எச்சரித்துக் கொண்டிருந்தால், குழந்தை யின் மனம் குழப்பமடையும்.

உள்ளுக்குள் உருவாகிக் கொண்டிருக்கும் நம்பிக்கையும், தைரியமும் பொல பொலவென உதிர்ந்து, உலகத்தை எதிர்கொள்ள முடியாத நிலைக்கு குழந்தை ஆளாகிவிடும். அதுவே பின்னாளில் ஆளுமை குறைபாட்டுக்கும் காரண மாகிவிடும். பேலன்ஸ் எது என்பதில் கவனம் தேவை.

எனவே, பரிபூரணமான பாசத்தையும், அரவணைப்பையும் கொடுத்து, நல்ல விஷயங்களைப் பழக்கப்படுத்தி, அளவோடு அறிவுறுத்தி உங்கள் மழலைச் செல்வத்தின் குழந்தைப் பருவத்தை குதூகலமாக்குங்கள்.

4

பூ பூக்கும் நேரம்

கடைக்குப் போய்விட்டுத் திரும்பி வந்து கொண்டிருந்தாள் வித்யா. வீட்டு வாசலிலேயே குறுக்கும் நெடுக்குமாக நடந்து கொண்டிருக்கும் கணவனைப் பார்த்ததும் அதிசயித்தாள்.

'என்னங்க வாசல்லயே வாக்கிங்கா?' என்றாள் கிண்டலாய்.

'ஜோக்கடிக்க நேரமில்ல. உடனே போய் யாழினிக்கு என்னாச்சுன்னு பாரு' என்றான் அவன் கவலையாய்.

'ஏன்... என்னாச்சு?' என்று அவள் கேட்க, 'தெரியல. விளையாடப் போறேன்னு போனா. அஞ்சே நிமிஷத்துல திரும்பி வந்துட்டா. கேட்டா வயித்து வலின்னு அழுறா... நான் அவளை தேத்தலாம்னு நினைச்சா, 'பக்கத்தில வராத போப்பா'ங்கறா. எனக்கு ஒண்ணுமே புரியல' என்கிறான் அவன்.

அறைக்குள் நுழைந்ததும் 'அம்மா' என ஓடி வந்து கட்டிக் கொண்ட யாழினியைப் பார்த்ததும் வித்யாவுக்கு விஷயம் புரிந்து விட்டது.

உங்களுக்கும் இந்நேரம் விஷயம் புரிந்திருக்கும் என்று நினைக்கிறேன். வெகுஜன வழக்கில் சொன்னால் யாழினி 'வயசுக்கு' வந்துவிட்டாள்.

பூப்பெய்துகிற வயது எல்லாப் பெண்களுக்கும் ஒன்றாக அமைவதில்லை. பத்து முதல் பதினெட்டு வயது வரையி லான விடலைப் பருவத்தில் எப்போது வேண்டுமானாலும் அது நிகழக்கூடும். வெகு அபூர்வமாக சில பெண்கள் 8,9 வயதிலேயேகூட பூப்படைவதுண்டு.

குடும்பச் சூழல், பாரம்பரியம், சமூகச் சூழல், ஊட்டச்சத்து, வாழுமிடத்தின் சீதோஷ்ண நிலை, நாளமில்லாச் சுரப்பி களின் நிணநீர் சுரப்பு போன்ற பல காரணிகளைப் பொறுத்துத் தான் ஒரு பெண் பருவமடைகிறாள். இந்தக் காரணிகள் ஒவ்வொரு பெண்ணுக்கும் வேறுபடும் என்பதால், பருவ மடைகிற வயதும் வேறுபடும்.

பருவமடைந்த பெண்ணின் முதல் மாதவிலக்கு மருத்துவ ரீதியாக மெனார்க் (menarche) என்றழைக்கப்படுகிறது.

ஒரு பெண்ணிற்கு (10-15-வது வயதுக்குள்) அடிவயிற்றில் லேசான வலியும் பிறப்புறுப்பில் ரத்தப்போக்கும் இருந்தால், அவளுக்கு மாதவிலக்கு ஆரம்பித்து விட்டது என்பதை உணர்ந்து கொள்ளலாம். மாதவிலக்கின் ஆரம்பம்தான், ஒரு பெண்ணின் இனப்பெருக்க உறுப்புகள் இயங்கத் துவங்கி விட்டதற்கான அறிகுறி!

மாதவிலக்கு பற்றி விரிவாகத் தெரிந்துகொள்ளும் முன்னர், ஆண், பெண் ஆகிய இருபாலினத்தின் இனப்பெருக்க உறுப்பு களையும், அவற்றின் செயல்பாடுகளையும் அறிந்து கொள்வது அவசியம்.

அப்போதுதான் மாதவிலக்கு பற்றியும், பின் அத்தியாயங் களில் வரும் கருவுறுதல், கர்ப்பத்தை போன்றவற்றையும் புரிந்துகொள்ள எளிதாக இருக்கும்.

பெண்ணின் இனப்பெருக்க உறுப்புகள்

பெண்ணின் இனப்பெருக்க உறுப்புகளை, வெளிப்புறம் அமைந்தவை, உட்புறம் அமைந்தவை என இரு பிரிவாகப் பிரிக்கலாம்.

வெளிப்புறம் அமைந்தவற்றுள் முக்கியமானது பிறப்புறுப்பு. உடலுறவும், இனப்பெருக்கமும் இங்குதான் நிகழ்கின்றன. இதனுள், கிளைடோரிஸ் (Clitoris) எனப்படும் யோனி லிங்கமும், லேபியா மஜோரா (Labia majora), லேபியா மினோரா (Labia minora) ஆகிய தசை மடிப்புகளும் அடங்கியுள்ளன.

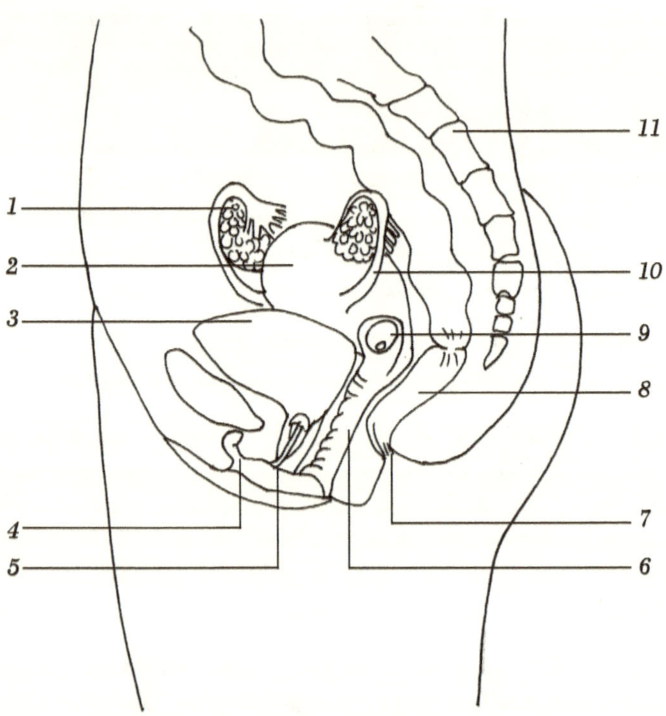

பெண்ணின் இனப்பெருக்க உறுப்புகள்

1. கருவகம்
2. கருப்பை
3. சிறுநீர்ப்பை
4. கிளைடோரிஸ்
5. சிறுநீர் வாய் திறப்பு
6. யோனி
7. மலவாய் திறப்பு
8. பெருங்குடல்
9. கருப்பை வாய்
10. கரு இணைக்குழாய்
11. முதுகெலும்பு

பிறப்புறுப்பில் சிறுநீர் வெளியேற யுரெத்ரல் (urethral) திறப்பு வழியும், மாதவிலக்கின்போது ரத்தம் வெளியேற கருவழிப் பாதையும், மலம் வெளியேற மலவாய் திறப்பு வழியும் அமைந்துள்ளன.

உட்புற உறுப்புகளுள் முக்கியமானது கர்ப்பப்பை. கரு பதிந்து குழந்தையாக வளர்வது கர்ப்பப்பைக்குள்தான். கர்ப்பப்பையின் உள்உறை 'எண்டோமெட்ரியம்' (Endometrium) என்றழைக்கப்படும். ஒவ்வொரு மாதவிலக் கின்போதும் இந்த உறை கழன்று ரத்தப்போக்குடன் வெளியேறுகிறது.

கர்ப்பப்பையின் கழுத்துப்பகுதியை 'செர்விக்ஸ்' (Cervix) என்றழைக்கிறோம். கர்ப்பப்பையின் மேல் பாகத்தில், இருபுறமும் சுமார் 10 செ.மீ. நீளத்தில் நமது கை போன்று தோற்றமளிக்கும் ஒரு பகுதியுள்ளது. இதற்கு கரு இணைக் குழாய் என்று பெயர். ஆங்கிலத்தில் ஃபெலோபியன் ட்யூப் (Fallopian Tube).

கரு இணைக்குழாய்க்கு மூன்று விதமான பொறுப்புகள் உண்டு. இக்குழாய்தான், விந்தணு, கருவணுவை அடைய பயணம் செய்யும் பாதையாகவும், விந்தணுவும், கருவணு வும் இணைகிற இடமாகவும், இணைந்த கரு, கர்ப்பப் பையில் சென்று பதிய பயணம் செய்யும் பாதையாகவும் அமைகிறது.

கர்ப்பப்பையின் இருபக்கத்திலும், கரு இணைக்குழாயின் அரவணைப்பில், பாதாம் கொட்டை வடிவத்தில் கருவகங் கள் (ovaries) அமைந்துள்ளன. இவை கருவணுக்களை உற்பத்தி செய்வதுடன், ஹார்மோன்களையும் சுரக்கின்றன. கருவகங்களுக்குள், திரவம் நிரம்பிய கூடுகள் ஏராளமாகக் காணப்படுகின்றன. Follicles என்றழைக்கப்படும் இந்த கூடுகளுக்குள்தான் கருவணுக்கள் தங்கி வளர்கின்றன.

ஒவ்வொரு பெண் குழந்தையும், அதன் கருவகங்களில், ஒரு கோடி கருவணுக்களைச் சுமந்துகொண்டு பிறக்கிறது. பூப்படையும் வயதில், அவற்றில் முப்பது லட்சத்திலிருந்து ஐம்பது லட்சம் கருவணுக்களே எஞ்சியிருக்கும். மற்றவை அழிந்துவிடும். எஞ்சியிருக்கும் கருவணுக்களின் எண்ணிக்

கையைப் பொறுத்துத்தான் பூப்படைவதிலிருந்து மாத விலக்கு நிற்கும் வரையிலான காலம் ஒரு பெண்ணுக்கு நிர்ணயிக்கப்படுகிறது.

ஆணின் இனப்பெருக்க உறுப்புகள்

பெண்ணிடம் இருப்பதுபோலவே, ஓர் ஆணின் உடலிலும் மிக நுண்ணியமான இனப்பெருக்க உறுப்புகள் அமைந்திருக்

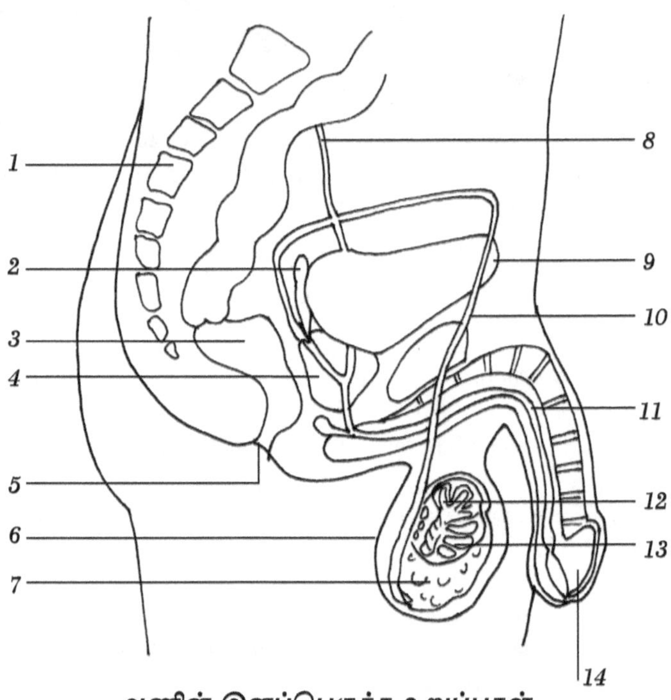

ஆணின் இனப்பெருக்க உறுப்புகள்

1. தண்டுவடம்
2. விந்துச்சுரப்பி
3. பெருங்குடல்
4. புராஸ்டேட் சுரப்பி
5. மலவாய்த் திறப்பு
6. விரைப்பை
7. விரை

8. சிறுநீர்க் குழாய்
9. சிறுநீர்ப் பை
10. விந்தணுக்குழல்
11. சிறுநீர் வடிகுழாய்
12. எபிடிடிமிஸ்
13. விந்து நுண் குழாய்கள்
14. ஆண் குறி

கின்றன. அவற்றுள் மிக முக்கியமானது ஸ்குரோட்டம் (Scrotum). இதற்குள்ளே அமைந்திருக்கும் இரண்டு டெஸ்டி கிளில் (Testicules) இருந்துதான் விந்துவும், டெஸ்டோஸ் டிரான் ஹார்மோனும் உற்பத்தியாகின்றன. இந்த ஹார்மோன் தான் விந்துவை முதிர்ச்சியடைய வைக்கிறது.

டெஸ்டிகிள் உடம்பின் வெளிப்புறமாக அமைந்திருக்க காரணமிருக்கிறது. உடலுக்குள் இருக்கும் அதிக வெப் பத்தை விந்துவால் தாங்கிக்கொள்ள முடியாது. உடலுக்குப் புறத்தே உள்ள சீதோஷ்ண நிலையே போதும் என்பதால் தான், ஆண் குறிக்கு அடியில், உடலுக்கு வெளியே அமைந்திருக்கிறது.

ஒவ்வொரு டெஸ்டிகளின் உள்ளேயும் சுருள் சுருளாக ஆயிரக் கணக்கான குட்டி குட்டிக் குழாய்கள் காணப்படுகின்றன. இவற்றின் உள்ளேதான் விந்து உற்பத்தித் தொடர்ந்து நடை பெற்றுக் கொண்டிருக்கிறது. டெஸ்டிகிளின் மேலே, சுருள் வடிவில் மற்றொரு குழாய் காணப்படுகிறது. அதற்கு எபிடிடிமிஸ் (Epididymis) என்று பெயர்.

டெஸ்டிகிளில் உற்பத்தியாகும் விந்து, சிறுகுழாய்களின் வழியே பயணப்பட்டு, எபிடிடிமிஸைச் சேர்கிறது. முழுமை யாக முதிரும் வரை விந்து அங்கேயே இளைப்பாறுகிறது. விந்து முதிர்வதற்கு குறைந்தபட்சம் 75 நாட்களாகின்றன. நகர்வதற்கான சக்தியும், கருவுறச் செய்வதற்கான சக்தியும் விந்துவுக்கு எபிடிடிமிஸில்தான் அதிகரிக்கிறது.

உடலுறவின்போது, ஆண் உச்சக்கட்டத்தை அடைகையில், எபிடிடிமிஸிலுள்ள விந்து, வாஸ் டிஃபரன்ஸ் (Vas deferens) மற்றும் செமினல் வெசிகள்ஸ் (Seminal Vesicles) ஆகிய பகுதிகளின் வழியாக புராஸ்டேட் கிளாண்ட் (Prostate gland) என்ற பகுதியை அடைகிறது. அங்கிருந்து சிறுநீர்க் குழாய் வழியாக, ஆண் குறியிலிருந்து பீய்ச்சியடிக்கப்படுகிறது.

புராஸ்டேட் கிளாண்டும், செமினைல் வெசிக்கிளும் சில திரவங்களை விந்துவோடு கலந்து அதை வளமானதாக, வெள்ளை நிறம் கொண்டதாக மாற்றுகின்றன.

ஒவ்வொரு முறையும் உச்சக்கட்டத்தின்போது வெளியேறும் விந்தின் அளவு 2 முதல் 5 மி.லி. இருக்கும். அதில் சுமார் 20

கோடி உயிரணுக்கள் இருப்பதாகக் கணக்கிடப்பட்டிருக் கிறது. இவ்வளவு உயிரணுக்களா என்று ஆச்சரியப்படாதீர் கள். இந்த 20 கோடியில், 50 முதல் 60 சதவீதம் உயிரணுக் கள்தான் நகரக்கூடிய சக்தி கொண்டவையாக இருக்கின்றன. 30 முதல் 40 சதவீத உயிரணுக்கள்தான் நல்ல ஆரோக்கியத் தோடு இருக்கின்றன.

இனப்பெருக்க உறுப்புகள் பற்றிப் போதுமான அளவு பார்த்தாயிற்று. இனி மாதவிலக்குச் சுற்றுக்கு வருவோம்.

மாதவிலக்கின் ஆரம்ப நாளிலிருந்து அடுத்த மாதவிலக்கு துவங்கும் நாள்வரை ஒரு மாதவிலக்குச் சுற்றென (Menstrual cycle) அழைக்கப்படுகிறது. பொதுவாக, இந்த மாதவிலக்குச்

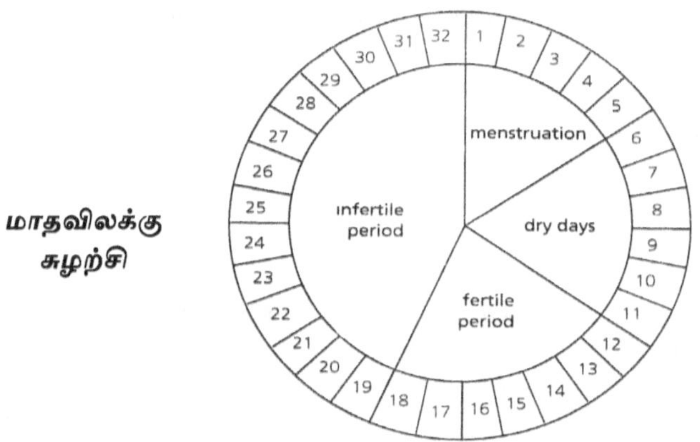

மாதவிலக்கு சுழற்சி

சுற்று 28 நாட்கள் கொண்டதாக இருக்கும். மாதவிலக்கு ஆரம்பித்து ஓரிரு வருஷங்களுக்கோ, நிற்பதற்கு ஐந்தாறு வருஷங்களுக்கு முன்போ இச்சுற்றில் மாறுதல் நிகழலாம்.

சிலருக்கு இச்சுற்று 20 நாள்கள் கொண்டதாக இருக்கலாம். சிலருக்கு இச்சுற்று 35 நாள்கள்கூட நீடிக்கலாம். இதுவும் ஒவ்வொரு பெண்ணுக்கும் வேறுபடும்.

28 நாட்கள் கொண்ட மாதவிலக்குச் சுற்று ஐந்து காலங்க ளாகப் பிரிக்கப்படுகிறது. அவை:

1. மாதவிலக்கின் உதிரப்போக்குள்ள காலம் (Menstruation): 1-4 நாட்கள்

2. கருவணு வளரும் காலம் (Follicular Phase) : 5-12 நாட்கள்

3. கருவணு வெடித்து வெளிவரும் காலம் (Ovulation) :
   13-14 நாட்கள்

4. கருவணு வெளிப்பட்டபின் வரும் காலம் (Luteal Phase):
   15-26 நாட்கள்

5. மாதவிலக்குக்கு முந்தைய காலம் (Pre-menstruation) :
   27-28 நாட்கள்

மாதவிலக்கின் உதிரப்போக்குள்ள காலம்

இந்த காலத்தைத்தான் மென்சஸ் என்றும் பீரியட் என்றும் மாதவிலக்கு என்றும் பலவாறாகக் குறிப்பிடுகிறார்கள். பிறப்புறுப்பில் ரத்தப்போக்கும், அடிவயிற்றில் வலியும் இக்காலகட்டத்தில் இருக்கும். இந்த ரத்தப்போக்குதான், ஒரு பெண் கருத்தரிக்கவில்லை என்பதற்கான அடையாள மாகவும் அமைகிறது.

மாதவிலக்கு காலம், 3-லிருந்து 5 நாட்கள் வரை நீடிக்கிறது. சிலருக்கு 2-லிருந்து 7 நாட்கள் வரை உதிரப்போக்கு இருப்ப தும் சகஜம்தான். மாதவிலக்கின்போது வெளியேறும் ரத்தத் தில், கர்ப்பப்பையின் உள்உறை (Endometrium), ரத்தம், கருத் தரிக்காத கருவணு ஆகியவை அடங்கியுள்ளன. மாத விடாயின்போது ஏற்படும் ரத்த இழப்பைச் சரிக்கட்ட, இரும்புச்சத்து மிகுந்த உணவுகளை பெண்கள் அதிகமாக உட்கொள்ள வேண்டும்.

கருவணு வளரும் காலம்

எப்பாடுபட்டாவது கருவை உருவாக்க வேண்டும். இனப் பெருக்க உறுப்புகளின் ஒரே குறிக்கோள் அதுதான். மாதவிலக்குக்குப் பின்னர், மறுபடி கருவை உருவாக்கும் முயற்சியை இனப்பெருக்க உறுப்புகள் தொடர ஆரம்பிக் கின்றன.

அதன் முதல்கட்டமாக, ஹைப்போதலாமஸ், கொனடோ ட்ராபினைச் (Gonadotropin) சுரந்து பிட்யூட்டரியைத் தூண்டி விடுகிறது. அதனைத் தொடர்ந்து கருவணுவைத் தூண்டி விடும் ஃபோலிகுல் ஸ்டிமுலேட்டிங் ஹார்மோனை (Follicle Stimulating Harmone - FSH) பிட்யூட்டரி சுரக்கிறது. 'கருவை உருவாக்கும் முயற்சியில் இந்தமுறை நீங்க

ளெல்லாம் ஈடுபடுங்கள்' என, கருவணுக்கள் அடங்கிய ஆறு, ஏழு கூடுகளை (Follicles), FS ஹார்மோன்தான் தேர்ந் தெடுத்து நியமிக்கிறது.

FS ஹார்மோனின் வேலை அதோடு முடிவதில்லை. ஈஸ்ட் ரோஜன் என்கிற ஹார்மோன் சுரப்பையும் FS தூண்டி விடுகிறது. கர்ப்பப்பையின் உள் உறையான என்டோ மெட்ரியத்தை புதிதாகத் தயார்படுத்தும் வேலையை ஈஸ்ட்ரோஜன் கவனித்துக்கொள்கிறது.

லூட்டினைசிங் ஹார்மோன் (Luteinizing Harmone) சுரப்பைத் தூண்டுவதும் FSH தான். ஈஸ்ட்ரோஜன், FSH, LH ஆகிய இந்த மூன்று ஹார்மோன்களும் வேறுசில ஹார்மோன்களைச் சுரந்து பல்வேறு விளையாட்டுக்களை நிகழ்த்துகின்றன. அந்த விளையாட்டுக்களின் விளைவாக, கருவை உருவாக்க நியமிக்கப்பட்ட, ஆறேழு கூடுகளில் ஒன்று மட்டும் வளர, மற்றவையெல்லாம் தோற்றுத் தணிந்து விடுகின்றன.

'கருவை உருவாக்கும் உரிமை எனக்குத்தான்' என்று வெற்றிவாகை சூடிய கூடு, ஓவரியின் மேற்புறம் கட்டிபோல வெளிப்பட்டு, தொடர்ந்து வளர ஆரம்பிக்கிறது.

கருவணு வெடித்து வெளிப்படும் காலம்

ஓவரியின் மேல்புறம் நோக்கி வளரும் கூடு முதிர்வடைந்து, லூட்டினைசிங் ஹார்மோன் சுரப்பைத் தூண்டுகிறது. LH ஹார்மோன் மூலமாகவே, கூட்டிலுள்ள கருவணு முதிர் வடைந்து வெடித்து, வெளியேறுகிறது. இந்த நிகழ்வே Ovulation எனப்படுகிறது. வெளியேறிய கருவணுவை, கரு இணைக்குழாய் லாவகமாகப் பிடித்து, குறிப்பிட்ட இடத்தில் தங்க வைக்கிறது. ஆணின் விந்தணு, கருவணு இருக்கு மிடத்தை வந்து சேர்வதற்கான முன்னேற்பாடுகளும் நடக் கின்றன.

கருவணு வெளியேறுவது, மாதவிலக்குச் சுழற்சியின் 14-வது நாளில் நடக்கிறது. சரியாக 14-வது நாளைக் கணக்கிட்டு உடலுறவு மேற்கொண்டால், கருவுறுதல் நிகழ 90 சதவீதம் வாய்ப்பிருக்கிறது. கருவுறுதல் நிகழவில்லையெனில், கருவணு கர்ப்பப்பைக்குள்ளேயே சிதைந்துவிடுகிறது.

கருவணு வெளிப்பட்டவுடன் வரும் காலம்

கருவணு வெளியேறிய பிறகு, பல முக்கியமான மாற்றங்கள் நிகழ ஆரம்பிக்கின்றன. கருவணு தங்கி, வளர்ந்த கூட்டை (Follicle), பிட்யூட்டரி சுரக்கும் ஹார்மோன்கள் கார்பஸ் லூடியம் (Corpus Luteum) என்கிற பொருளாக மாற்றுகின்றன. இந்தப் பொருள்தான், ஈஸ்ட்ரோஜனோடு சேர்ந்து கூடுதலாக புரஜஸ்ட்ரோனையும் உற்பத்தி செய்கிறது.

கரு வந்து பதிகிற வகையில், கர்ப்பப் பையின் உள்ளறையை படுக்கை போன்ற அமைப்பில் தயார்ப்படுத்துகிறது புரஜஸ்ட்ரோன். உடலின் தட்பவெப்பத்தையும் ஒரு டிகிரி ஃபாரன்ஹீட் வரை உயர்த்துகிறது.

விந்துவோடு, கருவணு இணைந்து கருத்தரித்தல் நிகழ்ந்த பிறகு உருவாகும் இணைக் கருவானது (இது blastocyst என்றழைக்கப்படும்) கர்ப்பப்பைக்குள் நுழைந்து, படுக்கை போன்ற அமைப்பில் ஜம்மென்று பதிந்துவிடும். இதை (implantation) பதியனிடுதல் என்போம்.

இந்நிகழ்வு நடந்த சிறிது நேரத்துக்கெல்லாம், 'நான் உருவாகி விட்டேன் அம்மா' என்பதற்கான அறிகுறிகளை, கரு அனுப்பிவைக்கும். மிக விரைவிலேயே தென்படும் அறிகுறியாக, ஹியூமன் கோரியானிக் கொனடோட்ராபின் (Human chorionic gonadotropin - Hcg) என்கிற ஹார்மோன் சுரப்பைச் சொல்லலாம். கர்ப்பத்துக்கான பரிசோதனையில் இது பளிச்சென்று தெரிந்துவிடும்.

இந்த அறிகுறி கிடைத்தால்தான், கார்பஸ் லூடியம், புரஜஸ்ட் ரோனைத் தொடர்ந்து சுரக்கும் வேலையைச் செய்யும். கருத்தரிக்கவில்லையெனில் HCG சுரப்பு இருக்காது. HCG சுரக்கவில்லையெனில், கார்பஸ் லூடியம் பராமரிக்க ஆளின்றி இறந்துபோகும். அதன் விளைவாக புரஜஸ்ட்ரோனின் அளவு குறையும். புரஜஸ்ட்ரோனின் ஆதரவு இல்லாமல் போவதால், என்டோமெட்ரியம் வலுவிழந்து, ரத்தத்தோடு கலந்து மாதவிலக்கின்போது வெளியேறிவிடும்.

மறுபடி அடுத்த மாதவிலக்குச் சுற்று ஆரம்பிக்கும். மாத விலக்கு முற்றுப்பெறும் வரை இந்த சுழற்சி தொடர்ந்து கொண்டே இருக்கும்.

மாதவிலக்கினால் ஏற்படும் மாற்றங்கள்

மாதவிலக்குச் சுழற்சி ஆரம்பிப்பது ஒரு பெண்ணின் வாழ்க்கைப் பயணத்தில் முக்கியமான நிகழ்வு என்றே சொல்லவேண்டும். ஏனெனில், இந்தப் பருவத்திலிருந்து தான் ஆணிடமிருந்து வேறுபடுத்தக்கூடிய மாறுபாடுகள் அவளது உடலில் நிகழத் துவங்குகின்றன. சொல்லப் போனால், மாதவிலக்குக்கு முன்பே, அவளது அங்கங்களில் பருவ வளர்ச்சிக்கான தடயங்கள், வெளிப்படையாகத் தெரிய ஆரம்பிக்கின்றன.

மாதவிலக்குச் சுழற்சியும், அதன் விளைவாக ஏற்படும் ரத்தப் போக்கும் இனம்புரியாத பயத்தை அவளிடம் உண்டாக்கு கின்றன. மார்பகம் வளர்வதும், அந்தரங்க உறுப்பில் முடி வளர்வதும், பிறப்புறுப்பிலிருந்து வெண்ணிறத்தில் சளி போன்ற திரவம் சுரப்பதும் அவளது பயத்தை இன்னும் அதிக மாக்குகின்றன. உடல்ரீதியான மாற்றங்கள் போதாதென்று மனத்தளவிலும் பல மாற்றங்கள் ஏற்படுகின்றன. முக்கியமாக, பாலுணர்வு எண்ணங்கள் தலைதூக்க ஆரம்பிக்கின்றன.

ஒன்றும் அறியாத குழந்தைப் பருவத்திலிருந்து திடீரென்று இத்தகைய மாற்றங்களை எதிர்கொள்ள நேரிடுகையில் குழப்பமும், தடுமாற்றமும், அச்ச உணர்வும் ஆட்கொள்வது இயல்பு. அந்தக் குழப்பத்தைப் போக்கி, 'இவையெல்லாம் இயற்கையான உடலியல் மாற்றங்கள்தான். எல்லா பெண்களிடத்திலும் இத்தகைய மாற்றங்கள் ஹார்மோன் களால்தான் ஏற்படுகின்றன' என்று அன்போடு பேசி புரிய வைக்க வேண்டியது அம்மாவின் கடமை! ஒரு தோழி போல மகளோடு பழகி அனைத்து விஷயங்களிலும் ஆதரவாக நடந்துகொள்ள வேண்டும்.

மாதவிலக்கின் போது ரத்தப்போக்கின் அளவுக்கேற்ப நாப்கின் மாற்றுவது பற்றியும் சுத்தமாகவும் சுகாதாரமாகவும் தன்னைப் பேணுவதற்கும் கற்றுத்தர வேண்டும். மாத விடாயின் ஒழுங்கு, ரத்தப்போக்கின் அளவு, அப்போது ஏற்படும் உடல் உபாதைகள் போன்றவற்றைக் கேட்டுத் தெரிந்துகொள்ள வேண்டும். அவை, அசாதாரணமாக இருந்தால், தகுந்த மருத்துவரை நாடி சிகிச்சை எடுத்துக் கொள்ள வேண்டும்.

விடலைப் பருவத்தில் பெண்ணுக்கு ஏற்படும் உடல் மற்றும் மன மாற்றங்களை பல்வேறு காரணிகள்தான் தீர்மானிக் கின்றன. அவை...

1. பரம்பரைப் பழக்கம்

2. ஊட்டச் சத்து

3. சுற்றுப்புறச்சூழல்

4. வளர்ப்பு முறை

5. பெற்றோர்களுடனான உறவு

6. பொருளாதார நிலை

7. நண்பர்கள்

8. தொலைக்காட்சி, சினிமா, இன்டர்நெட்

9. படிக்கும் விஷயங்கள் மற்றும் நாட்டின் சமூக நிலை, கலாசாரம், அரசியல், பொருளாதார மாற்றங்கள்

மேற்சொன்ன காரணிகள், 'ரெண்டுங்கெட்டான்' வயதி லுள்ள பெண்ணிடம் நல்லவிதமான பாதிப்புகளையும் ஏற்படுத்தலாம் அல்லது தீய வழியிலும் திசை திருப்பலாம். அப்படி திசை திரும்பிவிடாமல் பெற்றோர்கள்தான் கவன மாக இருக்க வேண்டும். ஒழுக்கமான, ஆரோக்கியமான வாழ்க்கை வாழ்வதற்கான வழியைக் காட்ட வேண்டும்.

இனப்பெருக்க உறுப்புகளின் சுகாதாரத்தைப் பாதுகாப்பதும், பாலின வன்முறையிலிருந்து பாதுகாத்துக்கொள்வதும், விடலைப் பருவப் பெண்ணின் மனத்தில் விதைக்க வேண்டிய முக்கியமான விஷயங்கள்.

பாலுணர்வு தலைதூக்கும் பருவமாதலால், இந்த வயதுப் பெண்ணை மிக எளிதாக தவறான பாதையில் ஈர்த்து விடலாம். மனத்தில் ஏற்படும் சலனங்களினால், விடலைப் பருவத்துப் பெண், தடம்புரளவும் வாய்ப்பிருக்கிறது. எனவே பெற்றோர் தான் கண்காணிப்போடு இருக்கவேண்டும். நல்ல நண்பர் களைத் தேர்ந்தெடுத்துப் பழகுகிறாளா, சரியான இடங்களுக் குச் சென்று வருகிறாளா என்றெல்லாம் கவனிக்க வேண்டும்.

அதே சமயம், அவளிடம் சி.ஐ.டி. போல நடந்துகொள்ள வேண்டிய அவசியமில்லை. 'பெற்றோர் தன்னை சந்தேகிக்

கிறார்கள்' என்கிற எண்ணம் பெண்ணிற்கு ஏற்படாமல் பார்த்துக் கொள்ளுங்கள். அவளது நலனில் அக்கறை கொண்டுதான் நண்பர்கள் பற்றியும், இதர விஷயங்கள் பற்றியும் விசாரிக்கிறீர்கள் என்பதைப் புரிய வைத்துவிடுவது நல்லது. எதிர்மறையாகப் புரிந்துகொண்டாள் எனில், விளைவுகள் வேறு மாதிரியிருக்கும்!

விடலைப் பருவத்துப் பிரச்னைகள்

விடலைப் பருவத்துக்கும் முழுமையான வளர்ச்சியடைந்த பருவத்துக்கும் இடையிலான காலம் (Adolescent to Adult) மிக நீண்டது. இந்த இடைப்பட்ட காலத்தில், பல்வேறு பிரச்னை களை ஒரு பெண் எதிர்கொள்ள வேண்டியிருக்கும். அவை,

1. அசாதாரணமான மார்பக வளர்ச்சி, கை, கால், முகம் மற்றும் தோள்களில் ரோமங்கள் வளர்வது.

2. மாதவிலக்கு ஒழுங்கின்மை, வலி, ரத்தப்போக்கு.

3. 10 வயதுக்கு முன்பே மாதவிலக்கு வருவது.

4. 16 வயது ஆன பின்னரும் மாதவிலக்கு வராமல் இருப் பது. இந்நிலை amenorrhoea என்றழைக்கப்படும்.

5. மாதவிலக்கு துவங்க வேண்டிய வயதில், மாதந் தோறும் உதிரப்போக்கின்றி, அடிவயிற்றில் வலி மட்டும் இருப்பது. இதனை மறைக்கப்பட்ட மாத விலக்கு என்போம்.

6. வயதுக்கு வந்த ஒரு பெண்ணுக்கு அடிவயிற்றில் வலியும் அதைத் தொடர்ந்து வீக்கமும் காணப்பட்டால், அவளது பிறப்புறுப்பின் வாய்ப்பகுதி இல்லாமல் இருக்கலாம். எனவே, மேற்சொன்ன அறிகுறிகள் தெரிந்தவுடன் உடனே ஒரு பெண் மருத்துவரை அணுகவேண்டும்.

7. சிறுநீர்ப் பாதையில் மற்றும் பிறப்புறுப்பில் தொற்று ஏற்படுவது.

8. பருவ வயதில் பாலுணர்வுப் பிரச்னைகள் தோன்றுவது.

9. ஓரினச் சேர்க்கை, சுய இன்பம் (பிற பொருட்களை உப யோகித்து) அனுபவிப்பது.

10. திருமணத்துக்கு முன் உடலுறவு, பாதுகாப்பற்ற உடலுறவு, பலருடன் உடலுறவு கொள்வது.

11. இள வயதுத் திருமணம், கர்ப்பம் மற்றும் கர்ப்பத்தடை சாதனங்களால் ஏற்படும் பிரச்னை. (மருத்துவரின் அறிவுரை அல்லாமல்)

12. பால்வினை நோய்கள்

13. போதை மருந்துகள்

14. அசாதாரணமான நடவடிக்கைகள்

15. தகாத முறையில் ஆடை அணிவது

16. ஆரோக்கியமற்ற உணவுப் பழக்கங்கள்

17. உடற்பயிற்சி இல்லாமை

மேலே சொன்னவற்றில், உடல்ரீதியான பிரச்னைகளை ஒரு பெண் தனது அம்மாவிடம் பகிர்ந்துகொள்ள வாய்ப்பிருக் கிறது. ஆனால், விடலைப் பருவத்தில் பல சிக்கல்களை விளைவிக்கக்கூடிய பாலுணர்வை அவளால் பகிர்ந்து கொள்ள முடியாது.

தலைவிரித்தாடும் பாலுணர்வு ஒருபுறம், அதைப்பற்றி பேச லாமா வேண்டாமா என்கிற தயக்கமும், பயமும் இன்னொரு புறம் என இருதலைக்கொள்ளி எறும்பாய் ஒரு பெண் தவித்துக் கொண்டிருப்பாள். இதற்கிடையே, பாலுறவைப் பற்றி அறிந்து கொள்ளும் வேட்கையும் அதிகமாக இருக்கும். இவற்றை யெல்லாம் புரிந்துகொண்டு, பெற்றோரும், ஆசிரியரும் செயல்பட வேண்டும். பாலுறவு தொடர்பான விஷயங் களில் பெண்ணுக்கு ஆர்வமிருப்பதைக் கண்டு கோபமடை யாமல், அவளை அழைத்துப் பேசவேண்டும்.

ஆபாசமான படங்கள் அல்லது புத்தகங்களின் பக்கம் போகாமல், பாலினச் சேர்க்கையை இயல்பாக விளக்கும் புத்தகங்களைப் பெண்ணுக்குப் பரிந்துரைக்கலாம். பாலுறவு பற்றித் தெரிந்துகொள்வதில் தவறில்லையென்றும், அதே சமயம் பாலுணர்வின் உந்துதல்களுக்கு ஆட்படுவதற்கு இது சரியான சமயமில்லையென்றும் பொறுமையாக எடுத்துச் சொல்ல வேண்டும். இந்த வயதில் ஒரு பெண் பாலுறவில்

ஈடுபடுவதால், குடும்பத்திலும், சமூக அளவிலும் எத்தகைய பின்விளைவுகளை எதிர்கொள்ள நேரிடும் என்பதையும் எடுத்துச் சொல்லலாம்.

இப்போதுள்ள சமூகச் சூழலில், பாதுகாப்பான பாலுறவு பற்றியும் விளக்கிச் சொல்லி விடுவது நல்லது. சில சமயங்களில், பெற்றோரின் கவனிப்பையும் மீறி, பிள்ளைகள் தவறு செய்துவிட வாய்ப்புண்டு. அப்படியொரு நிலை வருகையில், ஆத்திரமும், கோபமுமாய் அவர்களை அடித்துத் துவைப்பதில் எந்தவிதப் பயனும் இல்லை.

மாறாக, அவர்கள் செய்த தவறினால் உருவான விளைவு களைப் பற்றி பக்குவமாகப் பேசி புரிய வைக்கவேண்டும். மறுபடி அந்தத் தவற்றைச் செய்யாமல் அவர்களை நல்வழிப்படுத்த வேண்டும். இந்த விஷயத்தில், பெற்றோர், ஆசிரியர் மட்டுமன்றி, சமூகத்துக்கும் ஒரு பெரிய பொறுப்பிருக்கிறது. பாலியல் பற்றிய விழிப்புணர்வு விடலைப் பருவத்திலேயே ஏற்படுத்தப்பட வேண்டும் என்பது உலக சுகாதார மையத்தின் கோட்பாடுகளில் ஒன்று.

அதனைப் பின்பற்றி, மேலை நாடுகளிலும், சில ஆசிய நாடுகளிலும் பாலியல் கல்வி பள்ளி அளவிலேயே பயிற்று விக்கப்படுகிறது. மேலும் பெண்கள் கருத்தரிக்காமலிருக்க வும் எய்ட்ஸ் நோய் தாக்காமல் தங்களைப் பாதுகாத்துக் கொள்ளவும் தேவையான ஆலோசனைகள் வழங்கப்படு கின்றன. இந்தியாவிலும் பாலியல் கல்வி, மேல்நிலைப் பள்ளி அளவில் அறிமுகப்படுத்தப்பட வேண்டும். அப் போதுதான் விடலைப் பருவத்தினரின் உடல், மன ஆரோக்கியத்தைப் பாதுகாக்க முடியும்.

குடும்ப அளவில், விடலைப் பருவப் பெண்ணை வழிநடத்து வதில், அம்மாவுக்குத்தான் அதிக பொறுப்பிருக்கிறது. ஒரு அம்மாவாக, தோழியாக, ஆசிரியராக இருந்து நீங்கள்தான் உங்கள் பெண்ணை சரியான பாதையில் அழைத்துச் செல்ல வேண்டும். உங்களுக்கும், அவளுக்கும் இடையே பரஸ்பர நம்பிக்கையை உருவாக்கி விட்டாலே போதும்.

விடலைப் பருவத்தின் விபரீத பள்ளங்களில் விழுந்து விடாமல் வெற்றிகரமாக அவள் தனது பயணத்தைத் தொடர முடியும்.

5

மாதவிலக்கு

சமையலில் பிஸியாக இருந்த வித்யாவின் கவ னத்தைத் தொலைபேசி அழைப்பு கலைத்தது. விரைந்து சென்று எடுத்தாள். எதிர்முனையில் அவளது தோழி கமலா. பரஸ்பரம் விசாரிப்பு களுக்குப் பிறகு, தனது மகள் வயதுக்கு வந்து விட்ட சந்தோஷமான விஷயத்தை வருத்தத் தோடு சொன்னாள் கமலா.

'நல்ல செய்தியை ஏண்டி இவ்ளோ கவலையா சொல்ற?' என்றாள் வித்யா ஆச்சரியமாய்.

'பதினஞ்சு வயசில ரொம்ப லேட்டா என் பொண்ணு பெரிய மனுஷி ஆயிருக்கா. இதனால, பின்னாடி அவளுக்கு ஏதாவது பாதிப்பு வருமோன்னு எனக்கு பயமா இருக்கு' என்றாள் கமலா.

'இது இயல்பான விஷயம்தான் கமலா. நீ கவலைப்பட வேண்டிய அவசியமே இல்ல. பீரியட் மட்டும் கரெக்டா வருதான்னு பார்த் துக்க' என்று ஆறுதலாகப் பேசினாள் வித்யா.

என்ன இது, அடுத்த பருவத்துக்குப் போகாமல், மறுபடியும் மாதவிலக்குப் பற்றியே பேசுகிறார்களே என்று நீங்கள் யோசிப்பது புரிகிறது. மாதவிலக்கு தொடர்பாக நான் சொல்லவேண்டிய விஷயங்கள் இன்னும் நிறைய இருக் கின்றன. அதற்காகவே இந்த 'எக்ஸ்ட்ரா' அத்தியாயம்.

அத்தியாயத்தின் ஆரம்பத்தில் சொல்லப்பட்ட சம்பவத்தில், வித்யா, கமலாவுக்கு சொன்ன ஆறுதல் மொழிகள் மிகச் சரியானவை. பத்து வயது முதல் பதினாறு வயதுக்குள் பெண்கள் பூப்பெய்துவது இயல்பான விஷயம்தான். அதில் கவலைப்பட ஒன்றுமில்லை.

இந்தியாவில் சராசரியாக 13.5 வயதிலும், அமெரிக்க நாட்டில் சராசரியாக 12.5 வயதிலும், ஐரோப்பாவில் சராசரியாக 13 வயதிலும் பெண்கள் பூப்பெய்தி விடுகின்றனர் என்கிறது ஒரு புள்ளி விவரம். ஒரு பெண் பூப்பெய்தும் பருவம் குடும்பம், இனம், பொருளாதார நிலை, ஊட்டச்சத்து, சூழ்நிலை, ஆரோக்கியம் ஆகிய பல்வேறு காரணங்களால் மாறுபடு கின்றது.

கடந்த நூறு ஆண்டுகளுக்கு முன்னர் மேலை நாடுகளில் ஒரு பெண் பூப்பெய்துவதற்கான சராசரி வயது 17-ஆக இருந்தது. ஆனால் இப்போது சத்துணவு, நல்லாரோக்கியம், சூழ்நிலை ஆகிய காரணங்களால் பூப்பெய்தும் வயது 13 ஆகக் குறைந்து விட்டது.

மாதவிலக்கு ஆரம்பகாலத்தில் ஒழுங்கான கால அளவில் இருக்காது. சில பெண்களுக்கு முதல் மாதவிலக்கு ஒரு சில நாட்களுக்கு மட்டுமே இருக்கும். வேறு சிலருக்கோ அதிக நாட்கள் இருக்கலாம். முதல் மாதவிலக்கிற்குப் பின்னரும் ஒரு சிலருக்கு மாதத்துக்கு ஒரு முறை என ஒழுங்காக இராது. மாதத்துக்கு இரண்டு மூன்று தடவைகள்கூட வரலாம். வேறு சிலருக்கோ இரண்டு மூன்று மாதங்களுக்கு ஒரு முறைதான் வரும்.

பூப்பெய்தியவுடன் ஒரு மாதத்துக்கு இரு முறையென்று மாதவிலக்கு தோன்றினாலும் சரி, இரண்டு மாதங்களுக்கு ஒருமுறை என்று தோன்றினாலும் சரி, அதற்காகக் கவலைப் பட வேண்டியதில்லை. இரண்டு, மூன்று ஆண்டுகளுக்குள்

மாதவிலக்கு மாதத்துக்கு ஒரு முறை என ஒழுங்கான சுழற்சிக்கு வந்துவிடும்.

28 நாட்களுக்கு ஒருமுறை மாதவிலக்கு தோன்றுவதுதான் இயற்கை. ஆயினும் சில பெண்களுக்கு மூன்று வாரங்களுக்கு ஒருமுறை எனவும், சில பெண்களுக்கு 5 அல்லது 6 வாரங்களுக்கு ஒருமுறை எனவும் மாதவிலக்கு வருவதோடு தொடர்ந்து அப்படியே அமையும்.

பெண்ணுக்குப் பெண் மாதவிலக்கு தோன்றும் நாட்களில் மாறுபாடுகள் இருப்பது போல, உதிரப்போக்கு காணப்படு கின்ற நாட்களிலும் மாறுதல்கள் இருக்கும். சாதாரணமாக மூன்று நாட்களுக்கு மேல் ஐந்து நாட்கள் வரை ரத்தப் போக்கு காணப்படும். சிலருக்கு இரண்டு நாட்கள் மட்டுமே இருக்கலாம். சிலருக்கு ஏழு நாட்கள் கூட இருக்கலாம்.

நாளொன்றுக்கு வெளியேறும் ரத்த அளவு சராசரி 35 மில்லி லிட்டர் முதல் 45 மில்லி லிட்டர் வரை இருக்கும். ஒருசில பெண்களுக்கு நாளொன்றுக்கு 5 மில்லி லிட்டரே இருக்கும். மற்றும் சிலருக்கோ 60 முதல் 80 மில்லி லிட்டர் வரை ஒரே நாளில் உதிரப் போக்கு அதிகமாகக் காணப்படும். அவ்வுதிரப் போக்கினால் நாள் ஒன்றுக்கு 0.6 முதல் 0.7 மில்லி கிராம் இரும்புச் சத்து தினமும் வெளியேறி விடுகிறது.

மாதவிலக்கின் போது 80 சதவிகிதம் பேருக்கு சிறிய அளவி லேனும் சில உடல்நல அசௌகரியங்கள் ஏற்படுவதுண்டு. தலைவலி, அசதி, அடிவயிற்று வலி, குறுக்கு வலி, அடி வயிறு கனத்துத் தெரிதல், சோம்பல், மார்பகங்கள் கனத் திருத்தல், மலச்சிக்கல், பேதி, முகப்பரு எனப் பல்வேறு பிரச்னைகள் தோன்றலாம்.

மாதவிலக்கை உடலியல் நிகழ்ச்சியாகக் கொண்டு, அன் றாட வாழ்விற்கு அதனைத் தடையாக எண்ணாத மனப் போக்கு உள்ளவர்களிடம் அதிகமாக உடல் தொந்தரவுகள் தெரிவதில்லை. ஆனால் மாத விலக்மை ஒரு தொல்லை யாகக் கருதுகின்ற மனோபாவம் உள்ள பெண்களிடம்தான் மேலே சொன்ன பிரச்னைகள் அதிகமாகக் காணப்படு கின்றன.

மாதவிலக்கான நாட்களில், 'தீட்டு' என்கிற பெயரில், பெண்களை ஒதுக்கி வைக்கிற பழக்கம் இன்றைக்கும் சில குடும்பங்களில் காணப்படுகிறது. சாதாரணமாகவே, அந்த மூன்று நாட்களில் ஏற்படும் உடல் மாற்றங்களினால் சோர்வு, எரிச்சல் போன்ற மன பாதிப்புகளுக்குப் பெண்கள் ஆளாகியிருப்பார்கள். 'தீட்டு' என்று அவர்களை ஒதுக்கி வைக்கும்போது, அவர்களின் மனச்சோர்வும், உளைச்சலும் இன்னும் அதிகமாகிறது. அதன் விளைவாக அவர்களின் ஆளுமையும் பாதிக்கப்படுகிறது.

எனவே, மேற்சொன்ன பழக்கம் தவிர்க்கப்பட வேண்டும். மாதவிலக்கான நாட்களில் எப்பொழுதும் போல் இயல்பாக இருக்கிற சூழ்நிலையை ஏற்படுத்த வேண்டும். அன்றாட வேலைகள், விளையாட்டு போன்ற அனைத்து விஷயங் களிலும் பெண்கள் ஈடுபட வேண்டும்.

அந்த மூன்று நாட்களில் ஒரே ஒரு விஷயத்தில் மட்டும் கவனமாக இருப்பது நல்லது. மாதவிலக்கின்போது, உடல் உறவு கொள்வதால் பெண்களுக்கு உடல்நலக் குறைவு ஏற்படும் என்பதற்குப் போதிய ஆதாரங்கள் இல்லை. எனினும் உடலுறவு தவிர்க்கப்பட வேண்டும்.

பூப்பெய்துகிற வயது, மாதவிலக்கு ஏற்படுகிற நாட்கள், ரத்தப்போக்கின் அளவு ஆகியவற்றைப் பொறுத்து பல்வேறு குறைபாடுகளை மருத்துவ உலகம் கண்டறிந்திருக்கிறது. அவை...

1. *முன்பூப்பு* - Precautious puberty

2. *தாமதப்பூப்பு* - Delayed menarche

3. *பூப்புப் பெருக்கு* - Puberty Menorrhagia

4. *சூதகவலி* - Dysmenorrhoea

5. *மாதவிலக்கின்மை* - Amenorrhoea

6. *குறையுதிரப் போக்கு* - Oligomenorrhoea

7. *அதித உதிரப் போக்கு* - Dysfunctional uterine bleeding

8. *மாதவிலக்கு முற்று (மெனோபாஸ்)* - Menopause

1. முன்பூப்பு

ஒரு சில பெண் குழந்தைகள் எட்டு அல்லது ஒன்பதாவது வயதிலேயே மார்பு திரண்டு நிதம்ப மேட்டில் முடி தோன்றி பூப்பெய்தி விடுகின்றனர். இது முன்பூப்பு என்றழைக்கப் படும்.

உரிய காலத்துக்கு முன்னதாகவே பூப்பெய்திவிடும் இந் நிலைக்குரிய காரணங்களை 90 சதவிகிதம் கண்டுபிடிக்க இயலுவதில்லை. உடல்வாகுதான் காரணம் என்று சொல்லப் படுகிறது. பிட்யூட்டரி கிளாண்டிலுள்ள (pituitary gland) நோய்ப் பாதிப்புகளும், கட்டிகளும்கூட முன் பூப்பிற்கான காரணங் களாகலாம்.

சமூகரீதியான காரணம் ஒன்றும் சொல்லப்படுகிறது. சினிமா, இன்டர்நெட் போன்ற ஊடகங்கள் வழியாக பாலுணர்வு பற்றி மிக இளம் வயதிலேயே பெண்கள் அறிந்துகொள்ள நேரிடுகிறது. அதன் விளைவாக, மூளைப் பகுதியிலுள்ள ஹைப்போதலாமஸ் சுரப்பிகள் தூண்டப்படுவதால், பெண்கள் சிறிய வயதிலேயே பூப்பெய்துகின்றனர். நாள மில்லாச் சுரப்பிகளின் ஹார்மோன் அளவை அறிந்து கொள்வதன் மூலம் மருத்துவர் இக்காரணங்களைக் கண்டறிய இயலும்.

முன் பூப்பெய்திவிடும் பெண்ணுக்கு பாலினச் சேர்க்கை பற்றிய அறிவிருக்காது. அந்த அறியாமையைப் பயன்படுத்தி, குழந்தையாக இருக்கும் பெண்ணை, ஆண்கள் தவறாகப் பயன்படுத்தக்கூடும். அப்படியொரு அசம்பாவிதம் நிகழா மல் பெற்றோர்தான் பாதுகாப்பாக இருக்கவேண்டும்.

2. தாமதப் பூப்பு (Delayed Puberty)

குறைபாடு என்னவென்பது பெயரிலேயே உங்களுக்குப் புரிந்திருக்கும். 16 வயது அடைந்தபோதிலும் சில பெண்கள் பூப்பெய்தாமல் இருக்கலாம். 18 வயதில் பூப்பெய்துபவரும் உண்டு. அவர்களில் பெரும்பாலானோர் பின்னாளில், மாதவிலக்கு ஒழுங்காக ஏற்பட்டு, குழந்தைப் பேற்றையும் பெற்று வாழ்கின்றனர். ஊட்டச்சத்து குறைபாடு, பிறவிக் குறைபாடு, குரோமோசோம் மாறுபாடு ஆகியவை தாமதப் பூப்புக்குக் காரணமாகச் சொல்லப்படுகிறது.

3. பூப்புப் பெருக்கு (Puberty menorrhagia)

சில பெண்களுக்கு மாதவிலக்கு சரியான பருவத்தில் தோன்றினாலும், ரத்தப் போக்கு குறிப்பிட்ட நாட்களில், குறிப்பிட்ட அளவில் இருக்காது. மாதவிலக்கின்போது ரத்தப் போக்கு அதிகமாக இருந்தால் (80 மில்லி லிட்டருக்கு மேல்) அதனைப் பூப்புப் பெருக்கு என்பர். சில பெண்களுக்கு பல நாட்கள் தொடர்ந்து ரத்தப்போக்கிருக்கும். அதனால் அதிக ரத்தம் வெளியாகிவிடும். அவர்களை மருத்துவமனையில் சேர்த்து, ரத்தம் செலுத்த வேண்டிய அளவுக்கு நிலைமை சீரியஸாகிவிடும்.

4. சூதக வலி (Dysmenorrhoea)

சில பெண்களுக்கு மாதவிலக்கு ஒழுங்காக வந்தாலும், வலி அதிகமாக இருக்கும். மாதவிலக்கோடு தோன்றுகின்ற வலி சூதக வலி என்று கூறப்படும். இவ்வலி சிலருக்கு மாத விலக்கு வரும் முன்னரே தோன்றி மாதவிலக்கு வந்த பிறகு நின்றுவிடும். வேறு சிலருக்கு மாதவிலக்கான முதல் நாள் மட்டுமே இருக்கும்.

பொதுவாகப் பெண்களில் 50 சதவிகிதம் பேருக்கு மாத விலக்கின் போது சற்று ஆரோக்கியக் குறைவும் மனச் சோர்வும் ஏற்படுவதுண்டு. சோம்பலும் அடிவயிற்றில் சற்றுக் கனமும் வலியும் தொடைப்பகுதியில் குடைச்சலும் பொறுத்துக்கொள்ளக் கூடிய அசௌகரியங்களாகவே ஒவ் வொரு மாத விலக்கின் போதும் இருக்கும்.

சுமார் 5 சதவிகிதம் பெண்கள்தான் பொறுக்க இயலாத வயிற்று வலியால் துன்பப்படுகிறார்கள். அடிவயிற்றில் தொடங்கி தொடை வரை விட்டு விட்டு இவ்வலி வந்து, சுருண்டு படுக்குமாறு செய்துவிடுகிறது. உடல் வியர்த்தல், குமட்டல், வாந்தி, பேதி என அன்றாட அலுவல்கள் பாதிக்கும் அளவுக்கு இவ்வலி அதிகமாக இருக்கலாம்.

பூப்பெய்தும் சமயத்தில் சூதக வலி பெரும்பாலும் ஏற்படு வதில்லை. இரண்டு அல்லது நான்கு ஆண்டுகளுக்குப் பின்னர்தான் தோன்றுகிறது. இவ்வலி மிகுந்து தெரிவதற்கு கீழ்கண்டவைகளே காரணங்கள்.

1. எந்த வலியையுமே தாங்கும் சக்தியில்லாதிருத்தல்.

2. மாதவிலக்கை இயல்பான நிகழ்வாகக் கருதவேண்டும். அப்படியின்றி, பயத்தாலும் வெறுப்பாலும் அதனை ஒரு சங்கடமாகக் கருதுவதாலேயே வலி அதிகமாகத் தோன் றும். ஆனால் இன்றைய சூழலில் பெண்கள், மாத விலக்கைப் பற்றிய இயல்பை அறிய ஆரம்பித்துள்ள தால், சூதக வலியையும் இயற்கையாக ஏற்றுப் பொறுத் துக் கொள்ளும் மனோ பக்குவத்தைப் பெற்றுள்ளனர்.

3. 'தாயைப் போலப் பிள்ளை நூலைப் போலச் சேலை' என்பது இங்கு மிகப்பொருத்தமாக அமையும். தாய் வயிற்று வலியால் அவதிப்பட்டால் அதனைக் கண் கூடாகக் கண்டு வரும் மகளும் தனக்கும் அவ்வாறே வலி வரும் என்று எதிர்பார்த்தே அதிக வலி இருப்பதாகப் பாவித்துக் கொள்கிறாள். ஒரு தாய்க்கு ஒரே மகளாகப் பிறந்துள்ள பெண்ணுக்கு சூதக வலி ஏற்படுவதற்கு அந்த மனோபாவமே காரணம்.

4. மனத்துக்கு ஒவ்வாத வீட்டுச் சூழ்நிலைகள், வேலை பார்க்குமிடங்களில் ஏற்படும் மன அதிர்ச்சிகள், பய உணர்வு, பாலின உணர்வில் நிறைவின்மை ஆகியவை களும் மாதவிலக்கின் போது ஏற்படும் அதிக வலிக்குக் காரணமாகலாம்.

5. மலச்சிக்கலும், சோம்பல் வாழ்க்கையும் வலியை அதிகப்படுத்தும்.

6. கர்ப்பப்பைக் கழுத்து (cervix) தகுந்த வளர்ச்சியடை யாமல் நுண்ணிய துவாரவாயைக் கொண்டிருந்தாலும் தாங்க இயலாத வலியை ஏற்படுத்தும். ஏனெனில், வாய் சிறியதாக இருப்பதால், கர்ப்பப்பை சுருங்கி, விரிந்து கழிவுகளை அகற்றுவது கடினம்.

   கர்ப்பப்பைச் சுவரில் உற்பத்தியாகும் பிரோஸ்டோ கிலாண்டின் (prostaglandin) என்கிற ரசாயனப் பொருளே கர்ப்பப்பையைச் சுருங்கி விரியச் செய்கிறது. கர்ப்பப்பை நன்கு சுருங்கி, விரிவதற்காக, இந்தப் பொருள் அதிகமாக சுரக்கும்போது வலியும் அதிகமாகிறது. திருமணமாகிக் குழந்தைப் பேற்றை அடைந்த பின்னர் இந்த அசௌகரியம் ஏற்படாது.

சூதக வலிக்கு, சாதாரண வலி நிவாரண மாத்திரைகளே போதுமானது. சூதக வலியைப் பற்றிய தவறான எண்ணங் களை அகற்றி அதனை ஒரு சாதாரண உடற்கூற்று நிகழ்ச்சி யாக எடுத்துக் கொள்வதே சரியான வழி! வலி மிகவும் பொறுக்க முடியாமலிருக்கும் பட்சத்தில் கர்ப்பப்பைக் கழுத்தின் உள்துவாரத்தைச் சிகிச்சையின் மூலம் சற்றே பெரிதாக்கலாம். இதன் மூலம் வலி குறைய வாய்ப்பிருக் கிறது. சூதக வலியைக் குறைப்பதற்கான புதிய மருந்துகளும் இப்போது கிடைக்கின்றன.

மற்றொரு வகை சூதக வலி ஒரு பெண்ணுக்கு 30 வயதுக்கு மேல் ஏற்படுகிறது. கருத்தடைச் சாதனங்களைக் கர்ப்பப் பையில் பொருத்துதலும் சூதக வலிக்கு ஒரு காரணமாகலாம். மற்றும் உள் வரிச்சவ்வின் (endometriosis) பெயர்ச்சி, கர்ப்பப்பைக் கழலைகள் முதலியனவும் சூதகவலியை உண்டாக்கலாம். அப்போது அடிவயிற்று வலி மாத விலக்கு தொடங்குவதற்கு முன்னதாகவே ஆரம்பித்து மாதவிலக் காகும் அனைத்து நாட்களிலும் இருக்கும்.

5. மாதவிலக்கின்மை (Amenorrhoea)

மாதவிலக்கின்மை இயற்கையிலேயே பூப்பெய்துவதற்கு முன்னரும், சிலருக்குப் பூப்பெய்தி முதலிரண்டு ஆண்டு களின் போதும், கர்ப்பக் காலத்தின் போதும், குழந்தைக்குப் பால் கொடுக்கும் போதும், மாதவிலக்கு முற்றுக்குப் பின்னரும் ஏற்படுகிறது.

பூப்பெய்திய பின்னர் வரும் மாதவிலக்குக்கு பிறகு மாத விலக்கின்மை ஏற்பட்டால் அதற்கான காரணத்தைக் கண் டறிய வேண்டும். அதே சமயம், அவள் கர்ப்பம் அடைந் திருக்கிறாளா என்றும் பரிசோதிக்க வேண்டும். இக்காலத்தில் திருமணமாகாத பெண்கள்கூட பல தவிர்க்க முடியாத காரணங்களால் கர்ப்பமுற நேருகிறது. அவளுக்கேகூட அது தெரியாமலிருக்கலாம்.

ஹைப்போதலாமஸ், பிட்யூட்டரி கிளான்ட், கருவகம், கர்ப்பப்பை ஆகிய உறுப்புகளின் ஒருங்கிணைந்த செயல் பாடே மாதவிலக்கு ஒழுங்காக அமைவதற்குக் காரணமாகி றது. இச்சங்கிலித் தொடரில் எவ்வித இடையூறு ஏற்பட்டா லும் அது மாத விலக்கின்மைக்குக் காரணமாகலாம்.

ஹைப்போதலாமஸ் பாதிப்பால் ஏற்படும் மாதவிலக்கின்மை:

ஹைப்போதலாமஸின் இயக்கத்தில் மாறுதல் ஏற்படுமாயின் அது பாலினச் சுரப்பிகளைத் தூண்டும் ஹார்மோன்களை பாதிப்பதால் மாத விலக்கு தோன்றுவதில்லை. பிட்யூட்டரி சுரப்பி பசி, வளர்சிதை மாற்றம் ஆகியவற்றையும் கட்டுப் படுத்துகிறது.

எனவே, அதிக அளவு உணவு அல்லது ஊட்டச்சத்து குறைபாடு கூட மாத விலக்கின்மைக்குக் காரணமாகலாம்.

நடு மூளையில் ஏற்படும் அழற்சிகள், கழலைகள், அடி மண்டையோட்டின் முறிவுகள் ஆகிய பாதிப்புகளும் மாதவிலக்கின்மையை ஏற்படுத்தலாம். மனக் கோளாறுகள், மன நோய்க்குத் தரப்படும் மின் அதிர்வுச் சிகிச்சை, மன அதிர்ச்சி, நரம்புத் தளர்ச்சி ஆகியவை மூளைப்புறணியில் பாதிப்பை ஏற்படுத்துவதாலும் மாதவிலக்கின்மை ஏற் படுகிறது.

குழந்தைப் பேற்றிலுள்ள ஆசையினால், தான் கர்ப்ப முற்றிருப்பதாக கற்பனையில் சில பெண்கள் மிதப்பார்கள். பொய் கர்ப்பம் அல்லது கர்ப்பச் சாயல் என்று அழைக்கப் படும் இம்மனோ வியாதியாலும் மாதவிலக்கின்மை ஏற்படு கிறது.

சில இளம் பெண்கள் தம்மைத்தாமே பட்டினியால் (டயட் என்ற பெயரில்) வருத்திக்கொள்வார்கள். ஊட்டச்சத்து இன்றி, மாதவிலக்கு நின்றுவிட நாளடைவில் அவர்களின் உடல் மெலிந்து இறந்து விடுவதும் உண்டு.

குடும்ப நலத் திட்டத்துக்குப் பயன்படுத்தப்படும் மருந்து வகைகளும், வேறுசில மருந்துகளும் மாதவிலக்கின்மைக் குக் காரணங்களாகலாம்.

குடும்ப நலத் திட்டத்துக்காக மருந்து உட்கொள்ளும் பெண்களில் ஒரு சதவிகிதத்துக்குக் குறைவானவர்களுக்கு மாத விலக்கின்மை ஏற்படுகிறது. அம்மருந்துகளை நிறுத்தியவுடன் அடுத்த மாதத்திலேயோ ஓரிரு மாதங்களுக் குள்ளேயோ மாதவிலக்கு சகஜ நிலைக்குத் திரும்பிவிடும்.

பிட்யூட்டரி சுரப்பியின் பாதிப்பால் ஏற்படும் மாத விலக்கின்மை:

பிட்யூட்டரி சுரப்பியில் ஏற்படும் கட்டிகள், அதனால், சுரக்கப்படும் ஹார்மோன்களைப் பாதிக்கிறது. அதனால் குழந்தைகளுக்கு ராட்சத வளர்ச்சியும் (gigantism) பெரியவர்களுக்கு அங்கப்பாரிப்பும் ஏற்பட்டு மாத விலக்கின்மை உண்டாகிறது.

மேலும் adrenal cortical பகுதியின் செயலின்மை (adrenal cortical failure) அக்குள் முடி, நிதம்ப மேட்டு முடி ஆகியவற்றைத் தோற்றுவிக்காததுடன் மாத விலக்கின்மையையும் ஏற்படுத்துகிறது. தக்க ஹார்மோன்களை செலுத்துவதன் மூலம் மாதவிலக்குத் தோன்றவும், குழந்தைப் பேறு பெறவும் அனுகூலமான சூழலை உருவாக்க முடியும்.

கருவகத்தின் பாதிப்பால் ஏற்படும் மாதவிலக்கின்மை:

ஈஸ்ட்ரோஜன் மற்றும் புரஜஸ்ட்ரோன் சுரப்பதில் குறைவு ஏற்படுமானால் மாதவிலக்கின்மை உண்டாகும். கருவகத்தில் ஏற்படும் கட்டிகளினால் ஈஸ்ட்ரோஜன் மற்றும் புரஜஸ்ட்ரோன் ஆகிய ஹார்மோன்கள் எவ்வித சுழற்சி மாற்றமும் இல்லாமல் தொடர்ந்து சுரந்தாலும் மாதவிலக்கின்மை ஏற்படலாம். ஆன்ட்ரோஜன்கள் (Androgens) அதிகமாகச் சுரப்பதும் மாதவிலக்கின்மைக்கு ஒரு காரணமாகும்.

சில பெண்களின் கருவகத்தை சரியாக வளர்ச்சியடையாத கருவணுக் கூடுகள் ஆக்கிரமிக்கக்கூடும். இவற்றுள் உள்ள கருவணுக்கள் முதிராது என்பதால், கருவகத்தை விட்டு வெளியேறாமல், அங்கேயே தங்கிவிடும். இதற்கு Stein leventhal syndrome என்று பெயர். இந்தப் பாதிப்பால் உடல் குண்டாதல் (obesity), முகத்தில் முடி வளர்தல் ஆகியவற்றுடன் மாத விலக்கின்மையும் ஏற்படுகிறது.

கருவணுவை விடுவிக்கக்கூடிய மருந்து வகைகளும், ஹார் மோன்களும் பயன்படுத்தப்பட்டால் பலன் கிடைக்கும். இல்லையெனில் டி அண்ட் சி செய்து மாதவிலக்கு ஏற்படுமாறு செய்து விடலாம். இவ்வறுவை சிகிச்சைக்குப் பின்னர் கருவணு விடுபட்டு குழந்தைப்பேறு கிடைக்கின்ற வாய்ப்புகள் உண்டு.

பிறவியிலேயே கர்ப்பப்பை இல்லாதிருந்தாலும் அல்லது அகற்றப்பட்டிருந்தாலும் அல்லது கதிர்வீச்சினால் பாதிக்கப் பட்டிருந்தாலும், கருச்சிதைவிற்குப் பின்னர் கர்ப்பப்பையின் உள்வரிச் சவ்வு மிகுதியாகச் சுரண்டப்பட்டிருந்தாலும் மாத விலக்கின்மை ஏற்படலாம்.

இது தவிர, தைராய்டு சுரப்பியின் ஹார்மோன் அதிகமாக சுரந்தாலும், நீரிழிவு அதிகரித்தாலும், உருக்கி நோய் (TB) பாதித்தாலும் மாதவிலக்கின்மை ஏற்படலாம். இவ்வியாதி களுக்குரிய சிகிச்சை அளித்தாலே மாத விலக்கு ஒழுங்காகத் தோன்றிக் குழந்தைப் பேறு அடைவதற்கு இயலும்.

6. குறை உதிரப் போக்கு

ஒரு சில பெண்களுக்கு குறைந்த உதிரப் போக்கிருந்து சிறிது நாட்கள் மட்டுமே நீடிக்கலாம். கர்ப்பப்பையில் பிறவிக் குறைபாடுகள், நாளமில்லாச் சுரப்பிகளின் ஹார்மோன் குறை பாடுகள் ஆகியவற்றால் குறை உதிரப்போக்கு ஏற்படும். ஹார்மோன் சிகிச்சை மூலம் இதை குணப்படுத்தலாம். குழந்தைப் பேற்றுக்கு குறைந்த உதிரப்போக்கு மட்டுமே இடையூறு அளிப்பதில்லை.

7. அதீத உதிரப்போக்கு

சில பெண்களுக்கு மாத விலக்கு பெரும்போக்காக இருப்ப துண்டு. பெரும்போக்கு நாட்களளவில் அதிகமாகலாம். இல்லையெனில் குறைந்த நாட்களிலேயே அதிகமாக உதிரப் போக்கு இருக்கலாம். இல்லையெனில் 28 நாட்களுக்கு ஒரு முறையாக வருகிற மாத விலக்கு குறைந்த நாட்களுக்கு ஒரு முறையென அதாவது 15 முதல் 20 நாட்களுக்கு ஒரு முறையென வரலாம். இது பன்முறை சூதகப் போக்கு என்று கூறப்படும். மாதவிலக்கு அடிக்கடி ஏற்பட்டும் அதிகமான போக்கும் கொண்டிருந்தால் பன்முறை அதீத உதிரப் போக்கு (polymenorrhoea) என்று கூறப்படுகிறது.

மாதவிலக்கு மாதத்துக்கு ஒருமுறை வருவதுடன் இடை இடையேயும் தோன்றுவதுண்டு. அப்போது அது இடைச்சூதகப் போக்கு என்று கூறப்படும். சூதகப் போக்கு பல முறை தோன்றினாலும் இடையே தோன்றினாலும் உதிரப்போக்கு அதிகமாகி ஒரு பெண்ணுக்குச் சோகையை

ஏற்படுத்துமாதலால் அதன் காரணங்களைக் கண்டறிந்து அகற்றுவது மிக அவசியம்.

உளவியல் ரீதியான பிரச்சனைகள், மன அதிர்ச்சி, சூழ்நிலை மாறுபாடுகள், மணவாழ்வில் கசப்பு, அதிக வேலை, மனக் கலக்கம் ஆகியவை பெரும் உதிரப் போக்கை ஏற்படுத்த லாம். ஹார்மோன் குறைபாடுகள், கர்ப்பப்பையின் உள்வரிச் சவ்வழற்சி, கர்ப்பப்பைக் கட்டிகள், கர்ப்பப்பையில் பொருத்தப்பட்ட கருத்தடைச் சாதனங்கள் ஆகியவையும் உதிரப்போக்கைக் கூட்டலாம். ஹார்மோன்களால், ரத்தப் போக்கில் அசாதாரணமான மாற்றங்கள் ஏற்படின், அது dys-functional uterine bleeding என்று கூறப்படும்.

ஓய்வு, உதிரப் போக்கை நிறுத்தும் மருந்துகள் முதலிய வற்றினாலேயே பலருக்கும் உதிரப் போக்கு நின்றுவிடும். ஆனால் உதிரப்போக்கு அதிகம் இருந்தால் டிஅண்ட்சி மூலம் சரிசெய்யலாம். மேலும் கர்ப்பப்பைக் கட்டிகள் போன்ற வற்றால் உதிரப்போக்கு ஏற்படுவதாகக் கண்டறியப்பட்டால் அக்கட்டியை அறுவை சிகிச்சை மூலம் அகற்றிவிடலாம்.

இந்நிலையில் கர்ப்பப்பையில் உள்வரிச் சவ்வு புற்று, கர்ப்பப்பைக் கழுத்துப் புற்று, கருவகப் புற்று ஆகியவை ஏற்பட்டுள்ளதா என்பதையும் ஆராய்ந்தறிய வேண்டும்.

மாதவிலக்கில் இயற்கையில் ஏற்படும் மாற்றங்கள் தவிர, செயற்கையில் சில மாற்றங்களைப் பல பெண்கள் எப்போ தாயினும் விரும்புவதுண்டு. பண்டிகை நாள், முக்கியமான தேர்வுகள், விளையாட்டுப் போட்டி, திருமண நாள் போன்ற பல காரணங்களுக்காக மாதவிலக்கை மாற்றியமைக்கத் திட்டமிடுவது வழக்கமாக இருக்கிறது.

மேற்கூறிய நாட்களில் மாதவிலக்கு ஒரு தொந்தரவாக இருக்கும் என்ற காரணத்தால் அதனை முன் கூட்டியோ சில நாட்கள் பின் தள்ளியோ வரும்படி செய்யுமாறு மருத்துவரை வேண்டுவதுண்டு. ஆனால், எடுத்த காரியத்துக்கெல்லாம் மருந்துகள் மூலம் மாத விலக்கின் போக்கை மாற்றி யமைப்பது நல்லதல்ல.

வாழ்க்கையில் ஒரே ஒரு நாள் வரும் திருமண நாள் போன்ற நாளில் வேண்டுமானால் அதன் அவசியம் கருதி மாதவிலக்கு

ஆகும் நாட்களை மாற்றியமைக்கலாம். மாதவிலக்கை முன்னோக்கி வரச் செய்வதைவிட பின்னோக்கி தள்ளச் செய்வது நல்லது.

இந்த இடத்தில் சபிக்கப்பட்ட ஒரு பிரிவினர் பற்றிப் பேச வேண்டியது அவசியமாகிறது. குறிப்பிட்ட வயதைக் கடந்த பின்னரும் சிலருக்கு மாதவிலக்குச் சுற்று ஆரம்பிக்காது. தொண்டைக் கட்டு உடைந்து குரலும் மென்மையாக மாறியிருக்காது.

மருத்துவப் பரிசோதனை செய்து பார்க்கும்போதுதான், ஆணென்றும், பெண்ணென்றும் பிரித்தறிய முடியாத அரவாணிகளாக அவர்கள் பிறந்திருப்பது தெரியவரும். அலியாகப் பிறந்ததில் அவர்களின் தவறு ஏதுமில்லை. ஹார்மோன்களாலும், பாலினக் குரோமோசோம்களின் குறைபாடுகளாலுமே அவர்களின் பிறப்பு குழப்பமாக அமைந்து விட்டது. அதனால்தான் அவர்களுக்கு மாதவிலக்குச் சுற்றும் ஏற்படாது.

ஆனால், இந்த உண்மையை பாதிக்கப்பட்டவர்களின் குடும் பத்தினர்கூட சரியாகப் புரிந்துகொள்வதில்லை. தங்களின் குடும்பத்தில் அலியாக ஒருவர் இருப்பது அவமானமென்று எண்ணி, அவரை வீட்டை விட்டே ஒதுக்கி விடுகின்றனர். குடும்பத்தாராலும், சமூகத்தாராலும் ஒதுக்கப்படுகிற அவர்கள், மனரீதியான பாதிப்புகளுக்கு உள்ளாகின்றனர். அது போதாதென்று பாலியல் பலாத்காரத்துக்கும் இரை யாகின்றனர்.

இந்நிலை மாறவேண்டுமெனில், அலியாகப் பிறந்த ஒருவரை வெறுத்து ஒதுக்காமல் சம்பந்தப்பட்ட குடும் பத்தினர் ஏற்றுக்கொள்ள வேண்டும். அவரையும் ஒரு மனிதராக மதித்து நடத்த வேண்டும். குடும்பத்தின் மனப் பான்மை மாறினாலே போதும். சமூகத்தின் மனப்பான்மை மாறிவிடும். அலிகளையும் சமூகத்தின் அங்கத்தினர்களாக ஏற்றுக்கொள்கிற மனப்பக்குவமும் வந்துவிடும்.

6

டும்... டும்... டும்

எதிரெதிர்க் கட்சிகளைச் சேர்ந்த தலைவர்கள் போல, முறைத்துக்கொண்டு நின்றனர் வித்யா வும், அவளது மகள் யாழினியும்.

'நீ எவ்வளவு அடம்பிடிச்சாலும் சரி... என் தம்பியைத்தான் நீ கல்யாணம் பண்ணிக்கணும்' என்றாள் வித்யா உறுதியாய்.

'முடியவே முடியாது. நான் காதலிக்கிற சுரேஷத்தான் கல்யாணம் பண்ணிப்பேன்' என்றாள் யாழினி அம்மாவுக்குச் சளைக்காமல்.

'என்னடி மரியாதை இல்லாம எதிர்த்துப் பேசற?' என்று கோபமாய் மகளை அடிக்க வந்தவளை, சமாதானப்படுத்தினான் கோபால்.

'வித்யா, நீ படிச்சவ! உறவுகளுக்குள்ள கல்யா ணம் பண்ணக்கூடாதுன்னு உனக்கு தெரியாதா?' என்றான் கோபால்.

'அப்பாவும், பொண்ணும் ஒரே கட்சியில சேர்ந்துகிட்டீங்களா' என்று கத்தியபடி உள்ளே சென்று விட்டாள் வித்யா.

வித்யாவைப் போலத்தான் பலரும் இருக்கிறார்கள். குடும்பப் பாசத்துக்கும், செண்டிமென்ட்டுக்கும் முக்கியத்துவம் தந்து, யதார்த்தத்தை மறந்துவிடுகிறார்கள். மாமா பையன், அத்தை பெண் போன்ற நெருங்கிய உறவுகளுக்குள் நடக்கும் திருமணத்தால், குறைபாடுடைய குழந்தைகள் பிறக்க அதிக வாய்ப்பிருக்கிறது. அதற்கு, நம்மைச் சுற்றியே பல உதாரணங்களைப் பார்க்க முடியும்.

'உறவு விட்டுப்போகக் கூடாது' என்கிற அடிப்படையில்தான் இத்தகைய திருமணங்கள் நடக்கின்றன. ஆனால், இந்தத் திருமணம் மூலமாக உருவாகும் குழந்தை என்கிற புதிய உறவு கோளாறுகளோடும், குறைபாடுகளோடும் பிறக்கக்கூடும் என்பதை பலரும் உணர மறுக்கிறார்கள்.

வெளியிலிருந்து பெண் எடுத்தால் மட்டும் குறைபாடுடைய குழந்தை பிறக்காதா என்கிற கேள்வி எழலாம். பிறக்காது என்று சொல்லமுடியாது. ஆனால், ஒப்பீட்டு அளவில் பார்க்கையில், உறவுகளுக்குள் நடக்கும் திருமணத்தால் பிறக்கும் குழந்தைகள்தான் இப்படிப்பட்ட பிரச்னையைச் சந்திக்கின்றன.

எதனால் அப்படி நிகழ்கிறது? இக்கேள்விக்கான மருத்துவ அடிப்படையிலான விளக்கத்தைத்தான் இப்போது உங்களுக்கு சொல்லப்போகிறேன்.

இலை, கிளை, வேர் என்று பல்வேறு பகுதிகளைக் கொண்ட ஒரு மரம், ஒரு சிறு விதையிலிருந்து தோன்றுகிறது. அது போலவே கண், மூக்கு, காது, கைகள் போன்ற பகுதிகளைக் கொண்ட மனித உடல், கண்ணுக்குத் தெரியாத செல் எனப்படும் நுண்ணுயிரிலிருந்தே தோன்றுகிறது. அனைத்துக் கும் அடிப்படையான செல்லின் முக்கிய பாகம் உட்கரு (நியூக்ளியஸ்) என்றழைக்கப்படுகிறது.

அச்சுப் பிசகாமல் தன்னைப் போலவே இன்னொரு செல்லை உருவாக்குவது இந்த நியூக்ளியஸ்தான். செல்லின் நியூக்ளியஸூக்கு வெளியே கருவெளி (cytoplasm) உள்ளது. நுண்ணிய துளைகளுள்ள உட்கரு மெல்லுறை, உட்கருவை யும் கருவெளியையும் பிரிக்கிறது. இதன் மூலமாகத்தான் கருவெளி உட்கருவுக்கு உணவளித்து, கழிவினையகற்றி அதனை உயிர்ப்பிக்கிறது.

மனிதனை உருவாக்கும் முயற்சியில் இந்த செல்தான் பெரிதாகின்றது. எண்ணிக்கையில் பன்மடங்காகிறது. வளர்ச்சியுறுகிறது. அத்துடன் வேறுபாடு அடைகிறது. ஒரு செல்லே கோடானு கோடியாகப் பல்கிப் பெருகி வளர்ச்சி யுறும் தன்மை, மாறுபடும் தன்மை, சார்ந்து அசையும் தன்மை ஆகியவற்றின் அடிப்படையில் வகை வகையாகப் பிரிகின்றது. அவை

1. புலன்களை இயக்கிச் சிந்திக்கும் திறனைத் தந்து ஆறறிவுடையவனாக மனிதனை உயர்த்தும் நரம்பு செல்கள் (nerve cells).

2. உடலின் வெளிப்புற அடுக்காகவும், உமிழ்நீர்ச் சுரப்பி, உணவுக் குழாய், குடல் ஆகியவற்றின் உள்வரிச் சவ்வாகவும் அமையும் மேல் தோல் இழைம செல்கள்.

3. நடமாடும் மனிதனாக எலும்புக் கூட்டினை இணைக் கும் இணைப்புத் திசுக்களை ஆக்கும் செல்கள்.

4. உடலின் அசைவுகளை அடக்கி ஆளும் தசை நார்கள் (muscle fibre).

இவ்வாறு வகை வகையாகப் பிரிந்து செயல்படும் செல்களின் சேர்க்கையாலும் பணிகளாலுமே கண், செவி, மூக்கு, வாய், மூளை, சுவாசப் பை, இதயம், வயிறு, குடல், ஈரல், சுரப்பி கள், சிறுநீர்ப் பிரித்தி, பாலின உறுப்புகள், கை, கால் என உடலின் பல்வேறு உறுப்புகளையும் பெற்று மனிதன் தன் வாழ்க்கையைத் தொடங்குகிறான்.

மனித அமைப்பிலே கோளாறு ஏற்படுவதற்கு அதன் மூல வித்தாகிய செல்லில் ஏற்படும் கோளாறும் ஒரு காரணமாக இருக்கலாம் என்பது மருத்துவ உலகம் கூறும் உண்மை.

செல்லில்தான் குரோமோசோம்கள் எனப்படும் இனக்கீற்று கள் உள்ளன. ஒரு குழந்தை உருவாக தாயின் கருவணுவும் தந்தையின் விந்தணுவும் இணையும்போது தாய் வழி குரோமோசோம்களுடன் தந்தை வழி குரோமோசோம்கள் இணைகின்றன. இக்குரோமோசோம்கள் ஒரு பாதி தாயிட மிருந்தும் மற்றொரு பாதி தந்தையிடமிருந்தும் பெறப்படு வதால் அவை இரண்டிரண்டாக இணைக்கப்பட்ட ஜோடி களாகவே காணப்படுகின்றன.

மனித இனத்தைப் பொறுத்தவரையில் 23 குரோமோசோம் களைத் தாயிடமிருந்தும் 23 குரோமோசோம்களைத் தந்தை யிடமிருந்தும் ஒரு குழந்தை பெறுகிறது. இந்த 23 குரோமோ சோம்களில், 22 குரோமோசோம்கள் பண்புகளுக்குக் காரண மாகும் பண்பினக் குரோமோசோம்களாகவும், மற்ற ஒன்று ஆணா, பெண்ணா என்பதை நிர்ணயிக்கக்கூடிய பாலினக் குரோமோசோமாகவும் அமையும்.

இவ்வாறு தாயிடமிருந்தும் தந்தையிடமிருந்தும் 22 பண்பினக் குரோமோசோம்களையும் ஒரு பாலினக் குரோமோசோம் களையும் தனித்தனியே பெறுகின்ற குழந்தை மொத்தத்தில் 22 ஜோடிப் பண்பினக் குரோமோசோம்களையும் ஒரு ஜோடி பாலினக் குரோமோசோம்களையும் பெறுகிறது. அதாவது ஒரு குழந்தை, பெற்றோரிடமிருந்து 23 ஜோடி குரோமோ சோம்களைப் பெறுகிறது.

ஒவ்வொரு குரோமோசோமிலும் நிறம், அழகு, உயரம், உருவ அமைப்பு, குலப் பண்புகள் போன்றவற்றைத் தீர்மானிக்கும் பல ஆயிரக்கணக்கான ஜீன்கள் எனப்படும் மரபுக் கூறுகள் உள்ளன. இந்த மரபுக் கூறுகள், பரம்பரை பரம்பரையாக ஒரு தலைமுறையிலிருந்து இன்னொரு தலை முறைக்குக் கடத்தப்படுகின்றன. ஆக, ஒரு குழந்தையின் உடலில் ஆயிரக் கணக்கான தாய்வழி ஜீன்களும் ஆயிரக் கணக்கான தந்தை வழி ஜீன்களும் முறைப்படி பொருத்தமாக இணைந்து செயல்படுகின்றன.

அதாவது நிறந்தரும் தாய்வழி ஜீன்கள் நிறந்தரும் தந்தை வழி ஜீன்களுடனும் இணைந்து ஒரே ஒழுங்கில் செயல்படு கின்றன. இவ்வாறு இணைந்து செயல்படும் தாய்வழி ஜீன் களிலும் தந்தை வழி ஜீன்களிலும் ஏதேனும் ஒன்று தன் திறனில் மாறுபட்டு விடலாம் அல்லது குறைபாடு உடைய தாகிவிடலாம்.

அப்போது மாறுபட்ட ஜீன்களின் ஜோடியில் ஒன்று மற்றதை விடச் செயலாற்றலிலும் மாறிவிடலாம். ஒரு ஜோடியிலுள்ள ஜீன் மற்றதை விட ஓங்கி தன் பண்புகளை ஆதிக்கம்கொள்ளச் செய்தால் அதனை ஓங்கு பண்பு கொண்ட ஜீன் என்பர் (Dominant gene). அல்லது தன் செயலில் பின்னடங்கி செயல்பட்டால் அதனை ஒடுங்கு பண்பு கொண்ட ஜீன் என்பர்.

உதாரணமாக சேகரின் பரம்பரையில், குள்ளமானவர்கள் அதிகம் என்று வைத்துக்கொள்வோம். எனவே, குள்ளமாக இருப்பதற்கான மரபுக்கூறு சேகரிடம் இயல்பாகவே அமைந்திருக்கும். கல்பனாவின் குடும்பம், சராசரி உயரம் கொண்டவர்களால் ஆனது என்பதால், சராசரி உயரத்துக்கான மரபுக்கூறு அவளிடம் காணப்படும்.

இருவரின் கலவியாலும் குழந்தை பிறக்கிறது. அப்பாவிட மிருந்து ஒன்று, அம்மாவிடமிருந்து ஒன்று என உயரத்தை நிர்ணயிக்கும் ஒரு ஜோடி குரோமோசோம்களை குழந்தை பெறுகிறது. இந்த ஜோடியில், குள்ளமாக வளர்வதற்கான மரபுக்கூறு ஓங்கு பண்பு கொண்டதாகவும் (dominant gene), சராசரி உயரத்தில் வளர்வதற்கான மரபுக்கூறு, ஒடுங்கு பண்பு கொண்டதாகவும் (Recessive gene) இருந்தால், குழந்தையின் உயரம் குள்ளமானதாகவே அமையும்.

இந்த அடிப்படையில்தான், தாய் தந்தையின் மரபு வழி வருகின்ற மரபுக் கூறுகளின் செயல்பாடே குழந்தைகளின் உடல் நலத்தையும், குணங்களையும் நிர்ணயிக்கின்றன என்று உறுதியாகச் சொல்கிறோம். எவ்விதக் குறைபாடு களும் இல்லாத தம்பதியர்களின் குழந்தைகள் பெரும்பாலும் குறைகளின்றியே பிறக்கின்றன என்பதையும் இங்கே குறிப்பிட வேண்டும்.

தம்பதியர்களின் குரோமோசோம்களின் எண்ணிக்கையிலோ அதன் அமைப்பிலோ மாறுபாடுகள் இருக்குமாயின், அவர் களின் கலவியால் உண்டாகும் கருவும் பாதிக்கப்படுகிறது. 50 முதல் 60 சதவிகிதக் கருச் சிதைவுகளுக்கும் 1 முதல் 2 சதவிகித உயிர்ப்பியலாப் பிறப்புகளுக்கும் (still births) 0.5% பிறவிக் கோளாறுகளுக்கும் இக்குரோமோசோம்களின் குறைபாடே காரணமாகிறது.

குழந்தைகளுக்கு ஏற்படும் பிறவிக் கோளாறுகளில் 40 சதவீதம், மூதாதையரின் பாதிப்பால்தான் ஏற்படுகிறது. ஆகவே சிறிய தலையுள்ள குழந்தை, பரம்பரை வழுக்கை, மந்த புத்தி போன்றவற்றுக்கும் குறைபாடுள்ள மற்றும் மாறுபட்ட ஜீன்களே காரணம்.

உடலின் வண்ணமும், முடியின் கருமையும், கண்களின் இயற்கை நிறமும் மாறி, தோலும் முடியும் வெளுத்து, கரிய

விழிகளில் நிறம் மங்கி, வெளிச்சத்தையே பார்க்கக் கூசி, ஓரக் கண்ணோடு பார்க்கும் பாண்டு நோய், கண் பார்வை நலிவு, பிறவிச் செவிடு, நிறக் குருடு, சிறு காயமானாலும் ரத்தத்தைத் தொடர்ந்து கொட்டும் குருதி உறையா நோய், வெட்டி வெட்டி இழுக்கும் வலிப்பு, மன வளர்ச்சி முழுமை யடையாமை தொடர்பான நோய்கள், ஒவ்வாமையால் ஏற்படும் ஆஸ்துமா, நரம்புகள் பாதிப்பினால் தன்னிச்சை யின்றி உடலுறுப்புகள் செயல்படும் கோரணி வாதம் போன்ற எண்ணற்ற நோய்கள் ஜீன்களின் மூலம் பெற்றோரிடமிருந்து குழந்தைக்கோ, பேரக் குழந்தைக்கோ கடத்திச் செல்லப் படுகின்றன.

மேற்கூறிய குறைபாடுகள் ஒரு குடும்பத்தில் இருந்தால் முன்பெல்லாம் முற்பிறவியில் செய்த பாவம்தான் என்று அழுது புலம்பித் தவித்தனர். ஆனால் ஆராய்ச்சியாளர்கள் இத்தகைய குழந்தைகள் பிறக்க பெற்றோரின் செய்கை காரணமல்ல அவர்களது உடலில் உள்ள ஜீன்களே பெரும் பாலும் காரணம் என்று கண்டறிந்துள்ளனர்.

நூறு குழந்தைகளில் நான்கு குழந்தைகள் இது போன்ற குறைகளுடன் பிறப்பதாகக் கண்டறியப்பட்டுள்ளது. நெருங் கிய உறவில் திருமணம் செய்கையில், கணவன், மனைவி இருவருமே ஒரேவிதமான மரபுக் கூறுகளைத்தான் கொண்டிருப்பார்கள். அவர்களின் பரம்பரையில், யாரோ ஒருவருக்கு உடல்குறைபாடு இருந்திருக்கும்பட்சத்தில், அக்குறைபாட்டுக்குரிய மரபுக்கூறு இருவரிடமும் பொதிந் திருக்கும். எனவே, அந்தக் குறைபாடு, ஜீன்களின் வழியாக பிறக்கப்போகும் குழந்தைக்குக் கடத்தப்பட அதிக வாய்ப் பிருக்கிறது. கணவனும், மனைவியும் வேறுவேறு குடும் பத்தைச் சேர்ந்தவர்கள் எனில், அவர்களின் மரபுக்கூறுகளும் வேறுபட்டதாகத்தான் இருக்கும். எனவே, அவர்களின் மூலமாக பரம்பரை நோய் கடத்தப்பட வாய்ப்பு குறைவு.

அதுமட்டுமன்றி, பெற்றோர்கள் இருவரும் மிக நெருங்கிய உறவினர்களாக இருப்பார்களேயானால், கருச் சிதைவுகளும் குறைப்பேறுகளும் அதிகமாக ஏற்படுகின்றன. உறவுத் திருமணங்களில் மாமன் மகன், அத்தை மகள் ஆகிய உறவுத் திருமணத்தைவிட, தாய் மாமன் முறையில் திருமணம் புரிந்து கொள்வது, அதிகமான பாதிப்பை ஏற்படுத்துகிறது.

கீழேயுள்ள அட்டவணை, உறவுத் திருமணத்தால் பிறக்கும் குழந்தைக்கு பாதிப்பு அதிகம் என்பதை உணர்த்துகிறது.

ஓங்கு பண்பு கொண்ட குரோமோசோம்கள் உள்ளவர்களின் வம்சாவளிப் பாதிப்பு	
தம்பதியரில் ஒருவர் பாதிக்கப்படின்	பாதிக்கப்படும் குழந்தைகள் 50% பாதிக்கப்படாத குழந்தைகள் 50%
தம்பதியரில் இருவருமே பாதிக்கப்படின்	பாதிக்கப்படும் குழந்தைகள் 75% பாதிக்கப்படாத குழந்தைகள் 25%

ஒடுங்கு பண்பு கொண்ட குரோமோசோம்கள் உள்ளவர்களின் வம்சாவளிப் பாதிப்பு	
1. தம்பதியரில் ஒருவர் பாதிக்கப்படின்	பாதிக்கப்படும் குழந்தைகள் 0% பாதிக்கப்படாத குழந்தைகள் 0% நோய்க் கடத்திகள் 100%
2. தம்பதியரில் இருவருமே பாதிக்கப்படின்	பாதிக்கப்படும் குழந்தைகள் 100% பாதிக்கப்படாத குழந்தைகள் 0% நோய்க் கடத்திகள் 0%
3. தம்பதியரில் ஒருவர் பாதிக்கப்பட்டு மற்றொருவர் நோய்க் கடத்தியாக இருப்பின்	பாதிக்கப்படும் குழந்தைகள் 50% பாதிக்கப்படாத குழந்தைகள் 0% நோய்க் கடத்திகள் 50%

4. தம்பதியரில் ஒருவர் மட்டுமே நோய்க் கடத்தியாக இருப்பின்	பாதிக்கப்படும் குழந்தை கள் 0% பாதிக்கப்படாத குழந்தைகள் 50% நோய்க் கடத்திகள் 50%
5. தம்பதியரில் இருவருமே நோய்க் கடத்தியாக இருப்பின்	பாதிக்கப்படும் குழந்தை கள் 25% பாதிக்கப்படாத குழந்தைகள் 25% நோய்க் கடத்திகள் 50%

இந்த அத்தியாயத்தில் சொல்லப்பட்ட கருத்துக்களை வைத்து, 'உறவுத் திருமணமே வேண்டாம்' என ஒட்டு மொத்தமாக முடிவு கட்டிவிட வேண்டாம்.

தாய் தந்தையர் வழியிலும் அவரது மூதாதையர் வழியிலும் எவ்விதக் குறைபாடுகளும் காணப்படவில்லையெனில் உறவுத் திருமணங்களால் தவறில்லை.

இப்போது மருத்துவத் துறையோடு மரபியல் ஆலோசனை நிபுணர்களும் இணைந்து பணியாற்றி வருகிறார்கள். அவர்கள் ஆண், பெண் இருவரது பாரம்பரியத்தையும், ஜீன்களையும் ஆராய்ந்து, எந்தெந்த வியாதிகள் எத்தனை குழந்தைகளுக்கு எந்தெந்த விகிதத்தில் இக்குடும்பத் தினருக்கு வரலாம் எனக் கணக்கிட்டு, ஆலோசனைகள் வழங்குகின்றனர். இதனால் சம்பந்தப்பட்ட தம்பதிகள் எச்சரிக்கையோடு இருக்கமுடியும்.

மேலே கொடுக்கப்பட்டுள்ள வம்சாவளி அட்டவணையைப் பார்த்து, ஏதேனும் மரபு வழி நோய் வரக்கூடிய சாத்திய முள்ளவர்கள் அந்நோய் இல்லாத வம்சத்தில் திருமணம் செய்து கொள்வதே சிறந்தது.

7

இனப்பெருக்கப் பருவம்

கோபம், கவலை, பயம் என பல்வேறு உணர்ச்சிகளின் கலவையாக இருந்தாள் வித்யா. அவளது கணவன் கோபால் வந்ததும், அனைத்து உணர்ச்சிகளும் பேரழுகையாய் வெடித்தது.

'புகுந்த வீட்டுக்கு போயிட்ட யாழினியை நினைச்சு அழறியா' என்று அவன் கேட்க, 'இல்லங்க. நம்ம பையன் பரணியை நினைச்சு அழறேன்' என்றாள்.

'பரணிக்கு என்னாச்சு' என்று கோபால் பதற்ற மாய் விசாரிக்க, 'அவன் ரூம்ல இந்த ஃபோட் டோஸ் கிடைச்சுதுங்க' என்று காண்பித்தாள்.

அந்த ஃபோட்டோக்களில் ஆணும், பெண் ணும் ஆபாசமான போஸ்களில் நிர்வாணமாக இணைந்திருந்தார்கள். கோபாலுக்கு விஷயம் புரிந்துவிட்டது.

'இதுல வருத்தப்பட எதுவுமில்ல வித்யா. பரணிக்கு செக்ஸ் பத்தி தெரிஞ்சுக்கற வயசு வந்துடுச்சு. ஆனா, அதுக்காக அவன் தேர்ந்

தெடுத்த ரூட்தான் தப்பு. நான் அவனுக்கு சரியான வழியில சொல்லித் தர்றேன்' என்றான் கோபால்.

கோபால் குறிப்பிடும் சரியான வழி எது தெரியுமா? ஆண் - பெண் ஆகிய இரு பாலினத்தின் இனப்பெருக்க உறுப்பு களையும் அவற்றின் செயல்பாடுகளையும் முழுமையாகத் தெரிந்துகொள்வதுதான்.

இவற்றைப் பற்றி இரண்டு அத்தியாயங்களுக்கு முன்னரே படித்திருப்பீர்கள். இப்போது நீங்கள் தெரிந்துகொள்ள வேண்டியது இனப்பெருக்கம் எப்படி நிகழ்கிறது என்பதைப் பற்றித்தான்.

அதற்கு முன்பாக, விந்தணு பற்றி சில தகவல்களைக் குறிப்பிட வேண்டியிருக்கிறது.

உடலுறவின் உச்சக்கட்டத்தில் ஆண் குறியிலிருந்து விந்துநீர் பீய்ச்சியடிக்கப்படுகிறது. ஒவ்வொரு முறை வெளியேறும் விந்து நீரில் சுமார் 20 கோடி உயிரணுக்கள் இருக்கும் என்று ஏற்கெனவே குறிப்பிட்டிருக்கிறேன்.

கருவை உருவாக்க ஒரு விந்தணு போதாதா? கோடிக் கணக்கில் எதற்கு என்று நியாயமாக ஒரு கேள்வி எழும். கரு உருவாவது என்பது நீங்கள் நினைப்பது போல அவ்வளவு சுலபமாக நடக்கக்கூடிய நிகழ்வல்ல.

சதுரங்க ஆட்டத்தில் நமது படை, பரிவாரங்களையெல்லாம் துறந்து, எதிரி நாட்டு ராஜாவை சிறைப்பிடிக்கிறோம் இல்லையா? அதுபோல விந்தணு கர்ப்பப்பைக் கோட் டையைப் பிடிக்க வேண்டுமெனில், ஏராளமான விந்தணுக் களைப் பலி கொடுத்தாக வேண்டும்.

ஏன் அப்படி?

இயற்கையின் அமைப்பே அப்படித்தான். பொதுவாக, உடலுறவின் முடிவில் வெளியேறும் விந்து நீரின் அளவு 1 மி.லிட்டருக்கு மேல் இருக்க வேண்டும். ஒரு மில்லி லிட்டரில் சாதாரணமாக கோடிக்கணக்கில் உயிரணுக்கள் இருக்கும். எல்லா சமயங்களிலும் விந்து நீரின் அளவு அப்படி அமைவதில்லை. அதிலுள்ள உயிரணுக்களின் எண்ணிக்கை யும், அவற்றின் வீரியமும் ஒரே மாதிரி அமைவதில்லை.

ஒவ்வொரு நாளும் இவை வேறுபடும். சில நேரங்களில் விந்து நீர் முழுவதும் கருவழிப் பாதையில் போக முடியாமல், வெளியேறிவிட வாய்ப்புண்டு.

பெண்ணின் உடலுக்கு வெளியே, விந்தணுக்கள் எளிதில் அழிந்துவிடக் கூடிய தன்மையுடையவை. இப்படி வெளி யில் வழிந்து அழிகின்ற விந்தணுக்களின் எண்ணிக்கையே கோடிக்கணக்கில் இருக்கும்.

கருவழிப்பாதையில் நுழைகிற அனைத்து உயிரணுக்களுமே ஆரோக்கியமானவையாக இருக்காது. ஆரோக்கியம் இல்லாதவை தானாக அழிந்துவிடும். ஆரோக்கியமான விந்தணுக்களுக்கு ஆபத்து வேறு வடிவில் காத்திருக்கிறது.

ஆணின் விந்தணு காரத்தன்மை கொண்டது. பெண்ணின் கருவழிப்பாதை அமிலத்தன்மை கொண்டது. அந்த அமிலத் தன்மை காரணமாக, கருவழிப்பாதையில் பயணப்படும் போதே கோடிக்கணக்கான உயிரணுக்கள் மடிந்துவிடு கின்றன. வீரியமிக்க, சில ஆயிரம் விந்தணுக்கள் மட்டுமே இத்தனை தடைகளையும் மீறி, கர்ப்பப்பையை அடைய முடிகிறது. அவற்றிலும் சில நூறு விந்தணுக்கள்தான் கருவணுவை நெருங்குகின்றன. அந்த நூறிலும் கூட, ஒரே ஒரு விந்தணுவைத்தான் கருவணு தேர்ந்தெடுத்து இணை கிறது.

விந்து நீரில் ஒரே ஒரு உயிரணு இருந்தால், இத்தனை தடைகளையும் மீறி உயிரோடு இருக்க சாத்தியமே இல்லை. எனவேதான், கோடிக்கணக்கில் விந்தணு உற்பத்தி செய்யப் படுகிறது.

பெண்ணுக்கு மாதம் ஒருமுறை, ஒரே ஒரு கருவணுதான் முதிர்வடைந்து வெடித்து வெளியேறுகிறது. ஆனால் ஆணுக்கு மூன்று நாட்களுக்கு ஒருமுறை முதிர்ச்சியடைந்த உயிரணுக்கள் விந்துநீரில் கலந்தபடி இருக்கும். தினம் தோறும் விந்து வெளியேறினாலும், அதில் கோடிக்கணக்கில் உயிரணுக்கள் இருக்கும்.

தினமும் கோடிக்கணக்கில் உயிரணுக்கள் உற்பத்தியாவது வீண்தானே என்று நீங்கள் நினைக்கலாம். இயற்கை அதற்கு வேறொரு காரணம் வைத்திருக்கிறது. பெண்ணின் கருவணு

முதிர்வடையும் நாளைக் கணக்கிட்டு உறவு கொண்டால்தான் கருத்தரிக்கும் வாய்ப்பு அதிகமாகும். ஆனால் அந்த நாளைக் கணக்கிட்டு உறவு கொள்வதற்கு மிகக் குறுகிய சாத்தியமே உள்ளது. அதனால்தான் இயற்கையே ஒரு மாற்று ஏற்பாடு வைத்திருக்கிறது.

கருவணு முதிர்வடையும் சமயத்தில், அபரிதமான ஈஸ்ட்ரோஜன் சுரப்பு ஏற்படுகிறது. அதன் காரணமாக, விந்தணுக் களை அனுமதிக்கும் தன்மை கருவழிப்பாதையில் அதிகரிக் கிறது. ஹார்மோன்களின் உந்துதல் காரணமாக, பாலுறவு கொள்ளும் வேட்கையும், ஆண், பெண்ணுக்கு இருமடங் காகிறது. அந்த வேட்கையினால் இயல்பாகவே அவர்கள் உடலுறவு கொள்ளும் வாய்ப்பும் அதிகரிக்கிறது.

இந்த வாய்ப்பைப் பயன்படுத்தி கருத்தரிக்க வேண்டு மெனில், தினமும் விந்தணு உற்பத்தி நடந்தாக வேண்டும். அதனால்தான் ஆணின் உடற்கூறு இயற்கையாகவே அப்படி வடிவமைக்கப்பட்டிருக்கிறது.

இங்கே இன்னொரு விஷயமும் குறிப்பிடத்தக்கது. ஆணின் விந்தணு கருவணுவுக்காக, 2-3 நாட்கள்வரை கூட காத்திருக்கும். ஆனால், பெண் கருவணுவானது வெடித்து வெளியேறிய 24 மணி நேரத்துக்குள் விந்தணுவோடு இணைந்துவிட வேண்டும். இல்லையெனில் தானாகவே அழிந்துவிடும்.

இந்த விவரங்களின் பின்னணியில், கருவுறுதல் பற்றிப் பார்ப்போம்.

கருவுறுதல்:

28 நாட்கள் கொண்ட ஒழுங்கான சுற்றின்போது, 14-ம் நாளில் கருவகத்திலிருந்து கருவணு வெளியேறும். இந்த கருவணு கர்ப்பப்பையின் இருபுறமும் இருக்கும் கரு இணைக் குழாயின் கை போன்ற அமைப்பினால் பிடித்து இழுக்கப் பட்டு கரு இணைக் குழாய்க்குள் தள்ளப்படும்.

அதைத் தொடர்ந்த இரண்டு நாட்களுக்குள் தம்பதியர் உடலுறவு வைத்துக் கொண்டால், கர்ப்பப்பையின் வாய்ப்பகுதியிலிருந்து வெளிவரும் சளி போன்ற திரவத்தின்

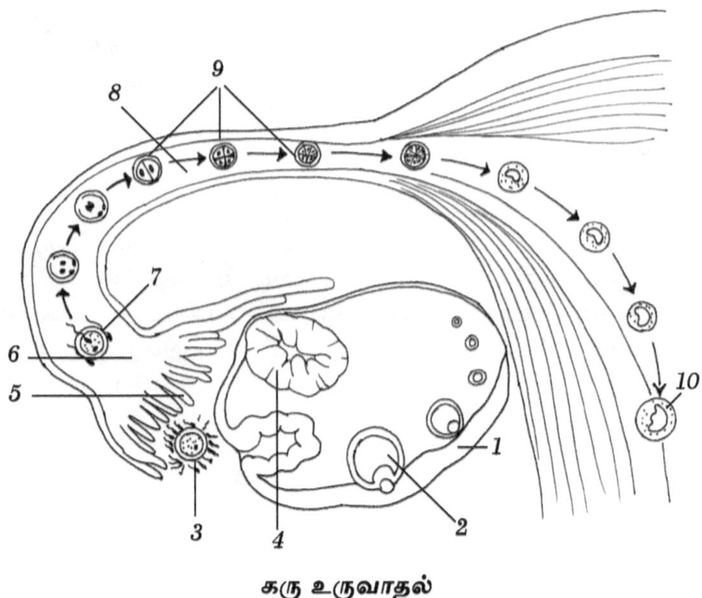

கரு உருவாதல்

1. கருவகம்

2. முதிர்ந்த கருவணுக்கூடு

3. விடுபட்ட கருவணு

4. பழுப்புச் சுரப்பிக் குமிழ்

5. இதழ் விளிம்பு

6. ஊற்றாங்குழல் பகுதி

7. விந்தணுவும் கருவணு வும் இணைதல்

8. கர்ப்பப்பைக் குழாய்

9. கர்ப்பப்பைக் குழாய் வழி செல்லும் சினை முட்டை

10. உள் வரிச்சவ் வில் ஊன்றும் கரு

வழியாக விந்து நீந்தி கர்ப்பப்பையை அடைகிறது. பிறகு அங்கிருந்து கரு இணைக் குழாயை அடைகிறது.

விந்தணுவும், கருவணுவும் கரு இணைக் குழாயில் இணை கின்றன. அதைத்தான் கருவுறுதல் என்கிறோம். அந்த இணைக்கரு, 2, 4, 8 மற்றும் 16 செல்களாகப் பிரிகிறது. பிரிந்து மூன்று நாட்கள் கழிந்த பின்னர் கர்ப்பப்பையை அடைகிறது. நான்காவது நாளில் மேலும் பல பிரிவுகளாகப் பிரிந்து கர்ப்பப்பையின் உட்புறச் சுவரில் பதிந்து வளரத் தொடங்குகிறது.

எளிதாகச் சொன்னால், ஈஸ்ட்ரோஜன் மற்றும் புரஜஸ்ட் ரோன் ஆகிய ஹார்மோன்கள் சுரந்து கர்ப்பப்பையின் உட்புறச் சுவரை நன்கு தடிமனாக மாற்றி புது படுக்கை (bed) போன்ற அமைப்பை உருவாக்கி வைத்திருக்கும். அதில் பதிந்து வளரத் தொடங்கும் கருவானது 7-ம் நாளுக்குப் பிறகு மேலும் பல மடங்கு பெருகி விரல் அளவு தடிமனுக்கு உருவெடுக்கும்.

இந்நிலையில், ஹ்யூமன் கோரியோனிக் கோனடோட்ராபின் (HCG-Human chorionic gonadotropin) எனும் ஹார்மோன் அதிக அளவில் சுரக்க ஆரம்பிக்கும். இதுதான் கருவுற்றதற்கு முதல் அறிகுறி என்பதையும் ஏற்கெனவே படித்திருப்பீர்கள்.

ஹார்மோன் சுரப்பு என்பது உடலுக்குள் நிகழ்வது. அதை பரிசோதனை மூலம்தான் அறிந்துகொள்ள முடியும். ஆனால், கருத்தரித்த ஒருசில வாரங்களில், வெளிப்படையாகவும் சில அறிகுறிகள் தோன்ற ஆரம்பிக்கின்றன. இந்த அறிகுறிகள் தான் 'கர்ப்பமாக இருக்கிறோமோ?' என்ற சந்தேகத்தை ஒரு பெண்ணிடத்தில் ஏற்படுத்துகின்றன. அவற்றுள் முதன்மை யானது மாதவிலக்கு தள்ளிப்போவது.

மற்றொரு முக்கியமான அறிகுறியாகக் கருதப்படுவது மார்னிங் சிக்னெஸ் (morning sickness). கர்ப்பம் தரித்த சமயத்தில் வாந்தி மற்றும் வயிற்றைப் புரட்டும் அறிகுறிகள் அதிகாலை வேளையில் அதிகமாகக் காணப்படும். எனவேதான் இப்படி யொரு பெயர்.

இச்சமயத்தில், ஜீரண உறுப்புகளில் பிரச்னை ஏற்படுவதால் வாந்தியும், வயிற்றுப் பிரட்டலும் தோன்றுகின்றன. அதிகாலை மட்டுமின்றி பிற சமயங்களிலும் இதே அறி குறிகள் தொடர்கின்றன. கடைசி மாதவிலக்கிலிருந்து ஆறு வாரம் கழித்து இத்தகைய பிரச்னைகள் ஆரம்பிக்கின்றன.

6 முதல் 12 வாரங்களுக்குள் படிப்படியாகக் குறையத் தொடங்குகின்றன.

சிலர் நீண்ட நேரம் உணவு எடுத்துக் கொள்ளாமல் வெறும் வயிற்றில் இருப்பதாலும், காரம் மற்றும் மசாலா (spicy) உணவு வகைகளைச் சேர்த்துக் கொள்வதாலும் வாந்தி அதிகமாகலாம். அவர்கள் இவற்றைத் தவிர்க்க வேண்டும்.

ஒவ்வொரு பெண்ணும் எந்த உணவு இச்சமயத்தில் தனக்கு ஒத்துக்கொள்கிறது, எதனை சாப்பிட்டால் அதிக பிரச்னை யில்லாமல் இருக்கிறது என்று ஆராய்ந்து அதனைப் பின்பற்ற வேண்டும்.

சாப்பிடும் முறையில் சிறிது மாற்றம் ஏற்படுத்திக்கொள்ள லாம். ஒரே வேளை அதிகமாகச் சாப்பிடாமல் கொஞ்சம் கொஞ்சமாகப் பலமுறை சாப்பிடும் பழக்கத்தை ஏற்படுத்திக் கொள்ளலாம்.

இருக்கும் இடத்தைக்கூட முடிந்தால் மாற்றலாம். இவற் றையும் மீறி, அதிகப்படியான வாந்தியால் அவதிப்பட் டால் மருத்துவரை அணுகவேண்டும். திடீரென ஒரு வகை யான உணவைக் கண்டாலே பிடிக்காத நிலை ஏற்படலாம். சில வகை உணவின் மேல் அதீத விருப்பம் ஏற்படலாம். இவை எல்லாமே, கர்ப்பக் காலத்தில் இயல்பான விஷயங் கள்தான்.

மார்பகத்தில் மாறுபாடு:

கர்ப்பத்தின் ஆரம்ப காலத்தில், மார்பு கனத்து இருக்கும். பளிச்சென்று அவ்வப்போது வலி ஏற்படும். சிலருக்கு ஒருவிதமான அசௌகரியம் இருக்கலாம். மார்பகக் காம்பு மற்றும் அதனைச் சுற்றியுள்ள பகுதிகள் (ஏரியோலா) விரி வடைவதால் நிறம் அடர்த்தியாகிறது. காம்பினைச் சுற்றிச் சிறிது வீக்கம் கூட ஏற்படலாம்.

அடிக்கடி சிறுநீர் கழித்தல்:

முதல் மூன்று மாதங்களில், விரிவடைந்த கர்ப்பப்பை, சிறுநீர்ப் பையை அழுத்துவதால், அடிக்கடி சிறுநீர் கழிக்கத் தோன்றும். மாதங்கள் அதிகரித்து, கர்ப்பப்பை உயர்ந்துவிடும் நிலையில் அடிக்கடி சிறுநீர் கழிக்க வேண்டியிருக்காது.

களைப்பு:

இதற்கு முன்னால் ஏற்பட்டிருக்காத அளவுக்கு அதிக களைப்பு இருக்கலாம். பகலில் நன்கு தூக்கம் வரலாம். துடிப்போடும், புத்துணர்ச்சியோடும் இருக்க முடியாமல், விரைவிலேயே உடல் களைப்படைந்துவிடும்.

நான் முன்னரே சொன்னதுபோல, இவையெல்லாம், ஒரு பெண்தனக்குள் உணரும் அறிகுறிகள். மகப்பேறு மருத்துவர் மூலமாகத்தான் இந்த அறிகுறிகள் கர்ப்பத்தினால்தான் உருவாகியிருக்கின்றன என்பதை உறுதிப்படுத்த முடியும்.

பல பெண்கள் மேலே சொன்ன அறிகுறிகள் தோன்றும் வரை காத்திருப்பதில்லை. மாதவிலக்கு தள்ளிப்போன ஒருசில நாட்களிலேயே கர்ப்பம் என்று கற்பனை செய்து கொண்டு மருத்துவரைப் பார்க்க ஓடி வந்துவிடுகிறார்கள்.

ஒரு பெண் மிகச் சரியான மாதவிலக்குச் சுற்றை கொண்ட வளாக இருக்கிறபட்சத்தில், திடீரென்று நாள் தள்ளிப் போனால் அவள் கர்ப்பமாக இருக்க வாய்ப்பிருக்கிறது. அப்படிப்பட்ட (மாதவிலக்கு சுற்று ஒழுங்காக அமையப் பெற்ற) பெண்கள், 10 நாட்கள் வரை காத்திருந்து பரி சோதனை செய்துகொள்ளலாம்.

ஆனால், குழந்தையின்மைக்காக சிகிச்சை எடுத்துக்கொள் ளும் பெண்கள் நாள் தள்ளிப்போனால் உடனே மருத்துவரை அணுகி கர்ப்பம்தானா என்பதை உறுதி செய்துகொள்ள வேண்டும். கர்ப்பம் உறுதியாகிவிடும் பட்சத்தில், அது கலையாமல் இருப்பதற்கான பாதுகாப்பை மேற்கொள்ள வேண்டும்.

மாதவிலக்கு தள்ளிப்போவதற்கு பல காரணங்கள் இருக்க லாம். சில சமயங்களில், கருவணு வெடித்து வெளிவர சிறிது தாமதமாகும். அதனால் மாதவிலக்கும் தள்ளிப்போகும்.

சில பெண்களுக்கு பதற்றம், மருந்துகள் உட்கொள்ளுதல், பயணம், மன அழுத்தம், வேலையில் பிரச்னை போன்ற பல காரணங்களினால் மாதவிலக்கு தாமதமாக வர வாய்ப் பிருக்கிறது. எனவே, ஒவ்வொரு முறையும் மாதவிலக்கு தள்ளிப்போகும் போதும், கர்ப்பமாக இருக்குமோ என்று சந்தேகம்கொள்ளத் தேவையில்லை.

மாதவிலக்கு தள்ளிப்போய், வாந்தி, உடல் களைப்பு, அடிக்கடி சிறுநீர் கழித்தல் போன்ற அறிகுறிகளும் இருக்கிற தென்றால், மகப்பேறு மருத்துவரைப் போய்ப் பார்க்கலாம். கர்ப்பத்தை உறுதிசெய்ய, அவர் சில பரிசோதனைகளை மேற்கொள்வார்.

பொதுவாக, சிறுநீர் பரிசோதனைதான் முதலில் செய்யப்படு கிறது. இப்போதெல்லாம் மருந்துக் கடைகளில் ஸ்பெஷல் ஸ்ட்ரிப் ஒன்று கிடைக்கிறது. அதை வாங்கி, வீட்டிலேயே கூட சிறுநீர் பரிசோதனை செய்து பார்க்கலாம். ஆனால், இது ஆரம்பக்கட்ட சோதனைதான்.

கர்ப்பத்தை மிக விரைவிலேயே கண்டறியும் சோதனையாகக் கருதப்படுவது B-HCG என்கிற சோதனை. ஒரு பெண் கர்ப்பமுறும் ஆரம்பகால கட்டத்திலேயே ஹ்யூமன் கோரியானிக் கோனடோட்ராபின் என்கிற ஹார்மோன் அதிகமாகச் சுரக்க ஆரம்பித்து விடுகிறது என்று முன்னரே குறிப்பிட்டிருந்தேன். சிறிய ரத்தப் பரிசோதனையின் மூலம், இந்த ஹார்மோன் சுரப்பைக் கண்டறிந்துவிட முடியும். அதை வைத்து கர்ப்பத்தை உறுதிப்படுத்தி விடலாம்.

மாதவிலக்கு தள்ளி நான்கு வாரங்கள் ஆகிவிட்டது என்றால், உள் பரிசோதனை மூலம் பெண்ணின் கர்ப்பப்பையில் கை வைத்துப் பார்த்துக்கூட அவளின் கர்ப்பத்தை, மருத்துவரால் உறுதிப்படுத்திவிட முடியும். அந்த சமயத்தில் கர்ப்பப்பை சிறிது விரிவடைந்து உப்பி இருக்கும். ஒரு மருத்துவரால் அதனை எளிதாகக் கண்டுகொள்ள இயலும்.

பிரசவ தேதியைக் கணக்கிடுதல்:

கடைசியாக ஏற்பட்ட மாதவிலக்கைக் கணக்கில் கொண்டு பிரசவ நாளைக் கணக்கிடுகின்றனர். அத்தேதியிலிருந்து 9 மாதங்களையும் 7 நாட்களையும் கூட்டி பிரசவ நாளை நிர்ணயிக்கின்றனர். உதாரணத்துக்கு ஒரு பெண்ணின் கடைசி மாதவிலக்கு நாள் ஜூன் 1-ம் தேதி 2001-ம் வருஷம் என்று வைத்துக்கொண்டால், எதிர்பார்க்கப்பட்ட பிரசவ நாள் 8-ம் தேதி மார்ச் 2002 ஆகும்.

சரியாக அந்த நாளில்தான் பிரசவம் ஆகும் என்பதல்ல. எதிர் பார்க்கப்பட்ட நாளிலிருந்து 2 வாரங்களுக்கு முன்னாலேயோ, ஒரு வாரத்துக்குப் பிறகோகூட பிரசவம் ஏற்படலாம்.

4 சதவிகிதம் பெண்கள் மட்டுமே எதிர்பார்க்கப்பட்ட நாளில் பிரசவிப்பதாகப் புள்ளியியல் விவரங்கள் தெரிவிக்கின்றன. சுருக்கமாகச் சொன்னால், 38 முதல் 42 வாரங்களுக்குள் முழுமையாகக் கரு வளர்ந்து பிரசவம் ஏற்படும்.

அல்ட்ராசௌண்டு (ultra sound) எனும் நுண்ணலை ஸ்கேன் பிரசவ தேதியைக் கணக்கிடுவதில் உறுதுணையாக உள்ளது. அனுபவமுள்ள ஸோனாலஜிஸ்ட் ஸ்கேன் மூலம் பரி சோதித்து கரு உள்ளதா இல்லையா என்று மாதவிலக்கு தள்ளிச் சென்ற 5 முதல் 6 நாட்களுக்குள் தெரிவித்துவிட முடியும். பெண்ணுக்கு ஒழுங்கற்ற மாதவிலக்கு இருப்பின், இந்த அல்ட்ரா ஸவுண்டு ஸ்கேன் மூலமாகக் கர்ப்பத்தை உறுதி கொள்வது சுலபம். ஆதலால், முதல் மூன்று மாதங் களுக்குள் இந்த ஸ்கேன் செய்வது மிகவும் முக்கியமாகும்.

அல்ட்ராஸவுண்டு மூலம் கர்ப்பத்தை மட்டுமின்றி, வளரும் கர்ப்பம் சாதாரணமாகத்தான் உள்ளதா அல்லது பிரச்னை ஏதேனும் இருக்கிறதா என்பதையும் அறியமுடியும். எம்பிரியோ எனப்படும் இணைக் கருவின் வளர்ச்சியை 12 வாரம் வரை, வாரம் ஒரு முறை என தொடர்ந்து கண்காணித்து வரவேண்டும். முக்கியமாகக் கருத்தரிப்பது கடினமாக இருந்து சிகிச்சை மூலம் கர்ப்பமுற்றால் அந்த பெண்ணின் கர்ப்பத்தைக் கண்காணிப்பது அவசியம்.

கருவின் வளர்ச்சி மற்றும் உறுப்புகளின் வளர்ச்சி முடிந்த பிறகு, கருவின் அளவு (size) அதிகரிக்க ஆரம்பிக்கிறது. 12 வாரம் வரை அதன் வளர்ச்சி நிர்ணயிக்கப்பட்ட அளவு வளரவில்லையெனில், அதை கருக்கலைவதற்கான அறிகுறி யாக எடுத்துக் கொள்ளலாம். இந்த வளர்ச்சிக் குறைபாடுக் கான காரணங்கள் பல. அவற்றை பின்னால் பார்ப்போம்.

12 வாரங்களுக்குப் பிறகு, மாதம் ஒருமுறை என 8 மாதங்கள் வரை கருவின் வளர்ச்சியை மகப்பேறு மருத்துவரின் உதவியுடன் கண்காணித்து வரவேண்டும். 8-வது மாதத் திலிருந்து பிரசவம் வரை வாரம் ஒரு முறை பரிசோதனை செய்து கொள்ள வேண்டும்.

சுருங்கச் சொன்னால், பிரசவத்துக்கு முன், தொடர்ந்து சரியான கால இடைவெளியில், குழந்தையின் வளர்ச்சியை யும் தாய்க்கு ஏற்படக்கூடிய இடர்ப்பாடுகளையும் கண்டறி தல் அவசியம்.

பொதுவாகக் கர்ப்ப காலத்தில் தாய்க்கு, ரத்த சோகை, ரத்த அழுத்தம், நீரிழிவு, சிறுநீர்ப் பாதையில் நோய்த் தொற்று

போன்ற பிரச்னைகள் ஏற்பட அதிக வாய்ப்பிருக்கிறது. கர்ப்பிணிப் பெண்ணை கவனமாகப் பார்த்துக் கொள்வதன் மூலம் இவற்றைத் தவிர்க்கலாம்.

கருவின் வளர்ச்சிக் குறைவு, தாயின் நச்சுக்கொடி மிகவும் கீழே அமைந்திருத்தல், கர்ப்பப்பையிலேயே கரு உயிரிழத் தல், அசாதாரணமான நிலை (position), ஒன்றுக்கு மேல் கரு இருப்பின் அவற்றின் நிலை ஆகியவை முன்னாலேயே கண்டறியப்பட வேண்டும். அதனால் பிரசவத்தின் போது தாய்க்கும் சேய்க்கும் ஏற்படும் ஆபத்தைத் தவிர்க்கலாம்.

மிக இளவயதிலோ அல்லது அதிக வயதான பின்போ பிரசவம் ஏற்படுவது, ஒன்றுக்கும் மேற்பட்ட கரு உருவாகி இருப்பது, குழந்தை பெரிதாக இருப்பது, தாய் மிகவும் குட்டையாக இருப்பது, ஒரு பெண் ஏற்கெனவே 5 பிரசவங் களைக் கண்டிருப்பது, நச்சுக் கொடி குழந்தையின் கழுத்தைச் சுற்றியிருப்பது, நச்சுக்கொடி அளவில் சிறியதாக இருப்பது - இவற்றில் ஏதேனும் ஒரு பிரச்னை இருந்தாலும் பிரசவத்தின் போது சிக்கலாகிவிடக் கூடும். எனவே, தொடர் கண்காணிப் பின் மூலம் பிரச்னையைக் கண்டறிந்து, சரிசெய்துகொள்ள வேண்டும்.

பிரசவம் சாதாரணமானதா அல்லது அறுவை சிகிச்சை (caesarian) தேவையா என்று பிரசவத்துக்கு முன்பே சில சமயம் முடிவெடுக்க வேண்டியிருக்கும். சில சமயங்களில் பிரசவ வலி ஏற்பட்ட பின்போ அல்லது நேரம் கடந்தும் இயற்கையாக பிரசவிக்க முடியாவிட்டாலோ அறுவை சிகிச்சை செய்யலாம் என மருத்துவர் முடிவெடுப்பார். பிரசவத்துக்குக் காத்திருக்கும் பெண்ணும், வலி ஏற்பட்ட உடனேயே மருத்துவருக்கு அறிவிக்க வேண்டும்.

மேலும், கர்ப்பக்காலத்தின்போது, அதிகப்படியான வாந்தி, அடிவயிற்றில் வலி, வலியுடன் அல்லது வலியில்லாத உதிரப்போக்கு, தண்ணீர் போன்று வெளியேறுதல், குழந்தை யின் இதயத் துடிப்பு குறைதல் அல்லது கேட்காதிருத்தல், காலில் வீக்கம், சிறுநீர் பிரியாதிருத்தல், தலைவலி போன்ற அறிகுறிகள் தென்பட்டால் உடனே மருத்துவரை அணுக வேண்டும்.

உடற்பயிற்சி:

இதுவரை நீங்கள் உடற்பயிற்சி எதுவும் மேற்கொள்ளா விட்டாலும் இப்போது ஆரம்பிக்கலாம். இது பிரசவத்தை எளிதாக்க உதவும். அதற்காக கடினமான பயிற்சிகளின் பக்கம் போகவேண்டாம். நடைப்பயிற்சியே போதுமானது.

கர்ப்ப காலத்தில் சிறப்பு யோகாசன பயிற்சிகள் செய்வதன் மூலம் பிரசவம் எளிதாகும்.

உடற்பயிற்சி போன்ற நல்ல பழக்கத்தைப் பற்றி பேசிக் கொண்டிருக்கும் நேரத்தில், ஒரு வருத்தமான விஷயத்தை யும் பகிர்ந்துகொள்ள வேண்டியிருக்கிறது.

மாறி வரும் சமூகச் சூழலில், ஆண்களைப் போலவே பெண் களும் மது, புகைப்பழக்கம் போன்ற தவறான பழக்கங் களுக்கு ஆட்படுகின்றனர். அந்தப் பழக்கத்தினால் ஏற்படும் பின் விளைவுகளை அவர்கள் புரிந்துகொள்ள வேண்டும்.

புகைப் பிடிப்பதன் மூலமாக, ரத்தக் குழாய்களின் உள்ளே நிக்கோடின் படிந்து, அவற்றின் பாதையைக் குறுகச் செய்து விடுகிறது. அதனால், இதயத்துக்குப் போதுமான ரத்தமும், ஆக்சிஜனும் கிடைக்காமல் போக, மாரடைப்பு போன்ற பல நோய்களுக்குப் புகை பிடிப்பவர்கள் ஆளாகிறார்கள். இதே பிரச்னை இனப்பெருக்க உறுப்புகளிலும் ஏற்படுகிறது. இனப்பெருக்க உறுப்புகளிலுள்ள ரத்தக் குழாய்களும் சுருங்கி விடுவதால், தேவையான ஆக்சிஜன் கிடைக்காமல், அவைகளும் பாதிப்புக்குள்ளாகின்றன.

ஒரு பெண் புகைப் பிடிப்பவளாக இருக்கும்பட்சத்தில், அவளின் இனப்பெருக்க உறுப்புகள் கடுமையான பாதிப்புக்கு உள்ளாகின்றன. எனவே, குழந்தை பல்வேறு குறைபாடு களோடு பிறக்க அதிக வாய்ப்பிருக்கிறது. அதோடு, புகைப் பிடித்தல் பழக்கம், பிறக்கும் குழந்தையின் மரபுக்கூறிலும் பதிந்துவிடும் அபாயமுள்ளது.

இத்தகைய அபாயங்களைத் தவிர்க்க வேண்டுமெனில், பெண்கள் மது மற்றும் புகைப் பழக்கத்தையும் கைவிட வேண்டும். அப்போதுதான் அவளது அடுத்த தலைமுறை ஆரோக்கியமாக இருக்கும்.

கர்ப்ப காலத்தில் மருந்து உட்கொள்ளுதல்:

கர்ப்ப காலத்தில் தாய் எடுத்துக் கொள்ளும் பெரும்பாலான மருந்துகள், நச்சுக்கொடியின் வழியாக கருவையும் சென்றடைகிறது. எனவே, ஃபோலிக் ஆஸிட் (folic acid) உள்ள மருந்தைத் தவிர அனைத்து மருந்து மாத்திரைகளையும் கண்டிப்பாக முதல் 3 மாதங்களுக்குத் தவிர்க்கவும்.

சாதாரணமாக வரும் காய்ச்சல், தலைவலி, ஜலதோஷம் போன்றவற்றுக்கு வழக்கம்போல் எடுத்துக் கொள்ளும் மருந்துகளை நீங்களாக எடுத்துக்கொள்ளக்கூடாது. எந்தவித மருந்து உட்கொள்ளும் முன் மருத்துவரைக் கலந்தாலோசிக்க வேண்டும்.

பிரசவத்துக்குப் பின் கவனிக்கப்பட வேண்டியவை:

பிரசவம் முடிந்தபிறகு, தாய்க்குத் தீவிர கவனம் அளிக்கப்பட வேண்டும். முதல் 3 நாட்களுக்கு இக்கவனம் மிக முக்கியம். கர்ப்பப்பையிலிருந்தோ அல்லது குழந்தை சுலபமாக வெளியேற பிறப்புறுப்பின் கீழே ஏற்படுத்தியிருக்கும் சிறு திறப்பின் வழியாகவோ உதிரப்போக்கு அதிகமாக வெளி யேறுகிறதா என்று தொடர்ந்து கண்காணித்து வரவேண்டும். பிரசவத்துக்குப் பின் அவள் சுய நினைவு பெற்றுவிட்டாளா என்பதையும் உறுதிப்படுத்திக் கொள்ள வேண்டும். பிரசவத் துக்குப் பிறகு கர்ப்பப்பை சுருங்க வேண்டும். இல்லை யெனில் உதிரப்போக்கு அதிகரிக்கும்.

சிறுநீர் நன்கு பிரியவேண்டும். அதற்கு தினமும் ஒன்றரை முதல் 2 லிட்டர் நன்கு காய்ச்சி வடிகட்டிய நீரைக் குடிக்கச் செய்ய வேண்டும்.

தாய்ப்பால் கொடுக்க ஊக்குவிக்க வேண்டும். தாய்ப்பால் கொடுப்பதற்கு முன்னும் பின்னும் மார்புக் காம்பைச் சுத்தம் செய்ய வேண்டும். நல்ல ஊட்டச் சத்துள்ள உணவை உட்கொண்டால்தான் நன்கு பால் சுரக்கும்.

தாயின் இனப்பெருக்க உறுப்புகள் பழைய நிலைக்குத் திரும்ப குறைந்தது ஆறு வாரமாவது ஆகும். வயிற்றுத் தசைகளுக் கென சில குறிப்பிட்ட உடற்பயிற்சிகள் இருக்கின்றன.

மகப்பேறு மருத்துவரின் ஆலோசனையைப் பெற்று அந்த உடற்பயிற்சிகளைச் செய்யலாம்.

பிரசவம் முடிந்த நிலையில், தாய்க்கு எளிதில் தொற்று ஏற்படக் கூடிய வாய்ப்புள்ளதால் முதல் ஆறு வாரம் வரை உடலுறவைத் தவிர்க்க வேண்டும். அதற்குப் பின்னர் கூட பாதுகாப்பான உடலுறவே நல்லது. ஏனெனில் முதல் குழந்தைக்கும் இரண்டாவது குழந்தைக்கும் போதுமான இடைவெளி இருக்கவேண்டும். ஒரு குழந்தையே போது மெனில், தம்பதியர் இருவரும் கலந்தாலோசித்து குடும்பக் கட்டுப்பாடு செய்துகொள்ளலாம். அதைப் பற்றி அடுத்த அத்தியாயத்தில் பார்ப்போம்.

8

கருத்தடைச் சாதனங்கள்

வித்யா ஓய்வாக டி.வி. பார்த்துக் கொண் டிருந்த நேரம். வாசல் அழைப்பு மணி ஒலித்தது. கதவைத் திறந்தால் அவளது மகள் யாழினி.

'யாழினி... வா... வா...' என்று உற்சாகமாய் வரவேற்று உள்ளே அழைத்துச் சென்றாள் வித்யா. 'அம்மா வீட்டுக்கு வர இப்பதான் வழி தெரிஞ்சுதா உனக்கு?' உரிமையாகக் கடிந்து கொண்டே, மகளின் கையில் ஜூஸ் டம்ளரைத் திணித்தாள்.

'என்னம்மா பண்றது? அவரும் பிஸி. நானும் பிஸி' - சமாதானமாய் சொன்னவளை ஏற இறங்கப் பார்த்தாள் வித்யா.

'என்னடி, விசேஷம் ஏதாச்சும் உண்டா?' ஆவ லாக விசாரித்தவளிடம், 'இல்லம்மா, தள்ளிப் போட்டிருக்கோம்' என்று பதிலளித்தாள் யாழினி.

'மாப்ளையோட முடிவாடி' என்று கேட்க, 'என் னோட முடிவும்மா' என்றாள் யாழினி அழுத்தம் திருத்தமாய்.

யாழினிக்கு இருக்கும் இந்த உரிமையும், சுதந்தரமும் அனைத்துப் பெண்களுக்கும் வரவேண்டும். எப்போது குழந்தை பெற்றுக்கொள்வது, எத்தனை குழந்தைகளைப் பெற்றுக்கொள்வது, முதல் குழந்தைக்கும், இரண்டாவது குழந்தைக்கும் எவ்வளவு காலம் இடைவெளி விடுவது - இவற்றையெல்லாம் முடிவு செய்கிற சுதந்தரம் பெண் களுக்கு முழுமையாக வரவேண்டும். அப்போதுதான் பெண் கள், தங்களது இனப்பெருக்க உறுப்புகளின் ஆரோக்கி யத்தைப் பாதுகாக்க முடியும்.

மிகவும் சீரியஸாகப் போகிறோமோ? சரி, விஷயத்துக்கு வருவோம்.

ஒரு பெண், கர்ப்பத்தை எப்படித் தள்ளிப் போடுவது?

கருத்தடைச் சாதனங்கள்

பாதுகாப்பான உடலுறவின் மூலமாக கருவுறுதலை தள்ளிப் போட முடியும். அதாவது, கருத்தடைச் சாதனங்களை உடலுறவின்போது பயன்படுத்துவது.

உடலுறவுகொள்ளும்போது, ஆணின் விந்து பெண்ணின் கர்ப்பப்பையை அடையா வண்ணம் 'நோ அட்மிஷன்' போர்டைப் போட்டுவிடுகின்றன, இந்தச் சாதனங்கள். பெண் களுக்கான கருத்தடைச் சாதனமாக வெஜினல் டயாஃப்ரம் (Vaginal Diaphragm) பயன்படுகிறது. ஆண்களுக்கு ஆணுறை (Condom).

குறைந்தபட்ச உடல் வெப்பநிலை (Basal Body temperature)

குறைந்தபட்ச உடல் வெப்பநிலையின் அடிப்படையில், உடலுறவுகொள்வதன் மூலம்கூட, கரு உருவாகாமல் தடுக்க முடியும். பொதுவாக, மாதவிலக்குச் சுற்றின்போது, ஹார் மோன்களின் விளையாட்டு காரணமாக உடல் வெப்ப நிலையில் மாற்றங்கள் ஏற்படும். Luteal Phase-ல் புரஜஸ்ட்ரோன் சுரப்பு காரணமாக உடல் வெப்பநிலை ஒரு டிகிரி வரை உயரும் என்று குறிப்பிட்டிருந்தேனே ஞாபகம் இருக்கிறதா? கருவணு வெளியேறியவுடன்தான் இந்த மாற்றம் நிகழ்கிறது.

இந்த வெப்ப மாறுதல்களை வைத்து, ஒரு பெண்ணுக்கு கருவணுக்கள் உற்பத்தியாகின்றனவா, இல்லையா என்று

கருவணு உற்பத்தியின்போதும் வளர்ச்சியின்போதும் உடலின் குறைந்தபட்ச வெப்பநிலையில் ஏற்படக்கூடிய மாறுதல்கள். கருவணு வெடிக்கும் நாளையும் கர்ப்பம் தங்கியிருக்கிறதா என்பதையும் இந்த மாறுதல்களின் மூலம் தெரிந்துகொள்ளலாம்

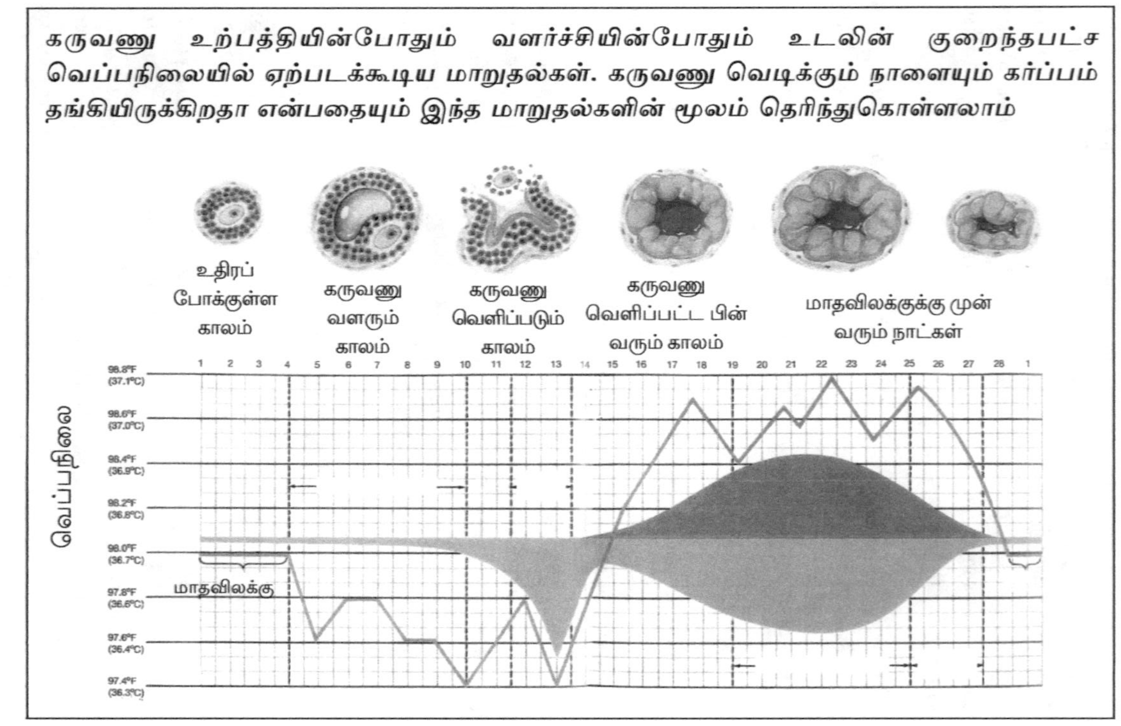

சொல்லிவிட முடியும். எந்த நாளன்று கருவணு வெளியா கின்றது என்பதையும்கூட கண்டுபிடித்து விடலாம். வெப்ப நிலை மாறுதலை வைத்து, ஒரு பெண் கருத்தரித்திருக் கிறாளா என்றும் கூறிவிட முடியும்.

வெப்பநிலை மாறுதலை எப்படிக் கண்டுபிடிப்பது?

மிகச் சுலபம். தினமும் இரவு நன்கு தூங்கி காலை எழுகிறோம் இல்லையா? கண் விழித்தவுடன், படுக்கையில் இருந்தபடியே சிறப்பு வெப்பமானியைக் கொண்டு, உடல் வெப்பநிலையைக் கணக்கிட வேண்டும். காலையில் எழுந்தவுடன் எடுக்கப் படுவதுதான் உடலின் குறைந்தபட்ச வெப்பநிலை.

தினமும் இந்த வெப்பநிலையைக் குறித்துக்கொண்டே வரவேண்டும். திடீரென்று ஒருநாள், இந்த வெப்பநிலை வழக்கமான அளவுக்கு சற்று குறையும். பிறகு அதிகரிக்கும்.

திடீரென வெப்பநிலை குறையும் நாளின் முன்னும், குறையும் அந்த நாளும் கருவுறுவதற்கு ஏற்றவை.   அப்போது வெள்ளை நிறத்தில் சளி போன்றிருக்கும் மியூகஸ் என்கிற திரவம், பிறப்புறுப்பில் வெளிப்படும். விந்துவை, கர்ப்பப்பையை நோக்கி எடுத்துச்செல்ல மியூகஸ் திரவம் உதவுகிறது.

ஒரு பெண் கருத்தரிக்க வேண்டுமெனில், வெப்பநிலை குறையும் நாளையும், மியூகஸ் திரவம் வெளிப்படும் சமயத்தை ஒட்டியும் உடலுறவுகொள்ள வேண்டும்.

கரு உருவாகாமல் தள்ளிப்போட வேண்டுமென்றால், மேலே குறிப்பிட்ட சமயத்தில் உடலுறவைத் தவிர்த்துவிட வேண் டும். மியூகஸ் திரவம், கண்ணாடி போன்று பளபளவென இருப்பதால் அதனை எளிதில் கண்டறிவது எளிது.

விந்தணு கொல்லிகள் (Spermicides)

பெயரைப் பார்த்தவுடனேயே புரிந்திருக்கும். விந்தணு கொல்லிகள் க்ரீம், ஜெல், நுரை என பல்வேறு வகைகளில் கிடைக்கின்றன. ஏதேனும் ஒன்றை வாங்கி, உடலுறவுக்கு 30 நிமிஷங்களுக்கு முன்னர் யோனிக்குள் தடவிக்கொள்ள வேண்டும். ஆண்குறியிலிருந்து வெளிப்படும் விந்து

விலுள்ள உயிரணுக்களை, இது கொன்றுவிடும். எனவே, கர்ப்பமும் தவிர்க்கப்படும்.

காப்பர்-டி

காப்பர்-டி பற்றி அனைவருமே கேள்விப்பட்டிருப்பீர்கள். ஆங்கில எழுத்தான 'T' வடிவில் இருப்பதால் இதற்கு இப்படி யொரு பெயர். இச்சாதனத்தை பெண்ணின் கர்ப்பப்பையில் பொருத்தி விடுவார்கள். விந்தணு கர்ப்பப்பைக்குள் போகா மல் காப்பர்-டி தடுத்து விடுகிறது.

மேலே சொன்னவையெல்லாம் தற்காலிக ஏற்பாடுகள்தான். 'இனி குழந்தை வேண்டாம்' என்று தீர்மானமாக முடிவு செய்து விட்டால், குடும்பக் கட்டுப்பாடு செய்துகொள்வது தான் பெஸ்ட்.

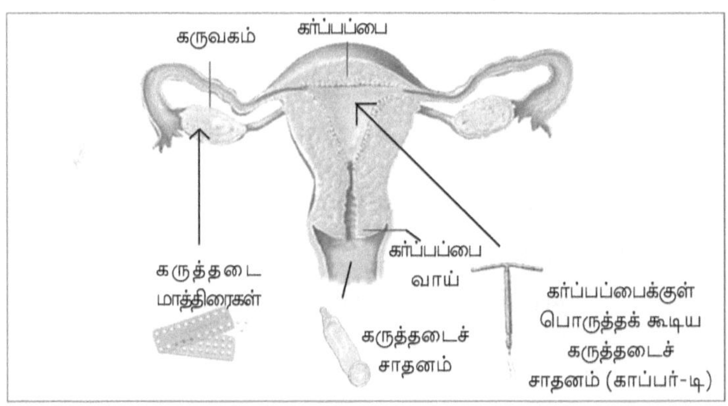

சுரப்பிகள் (Harmonal)

ஹார்மோன்களின் இயக்கத்தைக் கட்டுப்படுத்தும் மருந்து களும், கருத்தடைச் சாதனங்களாகப் பயன்படுத்தப் படுகின்றன.

ஈஸ்ட்ரோஜன் மற்றும் புரஜஸ்ட்ரோனை வெவ்வேறு அளவு களில் கொண்ட சிறு மாத்திரைகளை உட்கொள்ளலாம்.

டெபோ புரஜஸ்ட்ரோன் என்றொரு மருந்துண்டு. இதை ஊசி மூலமாக 2 முதல் 3 மாதத்துக்கு ஒருமுறை எடுத்துக்கொள்ள வேண்டும்.

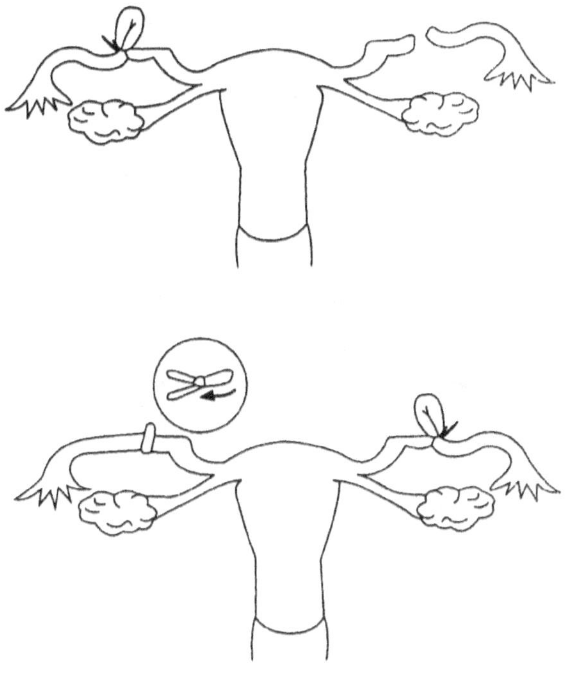

குடும்பக் கட்டுப்பாடு முறைகள்

Sub dermal implant என்பதும் ஒரு கருத்தடைச் சாதனம்தான். இதை சருமத்தின் அடிப்புறம் பதித்து வைப்பதன் மூலம், ஹார்மோன் சுரப்பின் வேகத்தை வெகுவாகக் குறைக்க முடியும். ஒருமுறை, இதைத் தோலின் அடியில் பதித்துக் கொண்டால்போதும். 3 முதல் 5 வருஷம் வரை வேலை செய்யும்.

குடும்பக் கட்டுப்பாடு முறைகள்

அறுவைச் சிகிச்சையின் மூலம் பெண்ணுக்கு குடும்பக் கட்டுப்பாடு செய்யப்படுகிறது. பெண்ணின் கரு இணைக் குழாய்களை வெட்டி, அந்த இடத்தில் சிறிய முடிச்சு போடப்படுகிறது அல்லது சிறு வளையம் அல்லது க்ளிப் போடப்படுகிறது. இதனால் ஆணின் விந்தணு கருக் குழாய்க்குள் செல்ல வழி இல்லாமல் போவதால் கர்ப்பம் தடுக்கப்படுகிறது.

இதில் ஒரு சிறப்பு என்னவென்றால், குடும்பக் கட்டுப்பாடு செய்துகொண்ட பெண் தவிர்க்க முடியாத காரணங்களினால் மீண்டும் குழந்தை பெற்றுக் கொள்ள விரும்பலாம். சிறு அறுவை சிகிச்சையின் மூலம், அவர்களின் விருப்பத்தை நிறைவேற்ற முடியும். சுனாமியில் பிள்ளைகளை இழந்த பல பெண்கள் இது போன்ற மாற்று அறுவை சிகிச்சை செய்துகொண்டு மீண்டும் குழந்தை பெற்றனர் என்பது இங்கு குறிப்பிடத்தக்கது.

இந்த அறுவை சிகிச்சை இரு முறைகளில் செய்யப்படுகிறது.

1. திறந்த முறை (Open Method) Or
போமராய்ஸ் முறை (Pomeroy's Technique)

பெண்ணின் அடிவயிற்றில் 1 முதல் 1.5 இன்ச் அளவுக்கு கீறி, அதன் வழியாக கரு இணைக் குழாய்களை வெளியே எடுப்பார்கள். அதில் சிறிய அளவு வெட்டி எடுத்தபின் இரு நுனியையும் முடிபோட்டு விடுவார்கள்.

2. லேப்ரோஸ்கோபிக் முறை:

இம்முறையில், பெண்ணின் அடிவயிற்றில் ஒன்றிரண்டு இடங்களில், சிறு துளையிட்டு அதன் வழியே டெலஸ்கோப் என்ற (நுண்ணோக்கி) கருவியையும், பிற கருவிகளையும் நுழைப்பார்கள். டெலஸ்கோப்பின் வழியாக பார்த்துக் கொண்டே, கரு இணைக்குழாய்களில் வளையம் அல்லது க்ளிப் பொருத்தப்படும். இம்முறையில் வலி குறைவு.

ஆண்களுக்கு, வாசக்டமி என்ற அறுவை சிகிச்சை செய்யப் படுகிறது. அறுவை சிகிச்சை மூலம், விந்துவை எடுத்துச் செல்லும் விந்து நாளத்தில் சிறிது வெட்டி எடுத்துவிட்டு அப்பகுதியில் முடிச்சுப் போட்டு விடுவார்கன். எனவே, விதைக் கோளத்தின் உள்ளே அமைந்துள்ள டெஸ்ட்டிகளில் இருந்து உருவாகும் விந்தணு ஆண்குறியை அடைவது தடுக்கப்படுகிறது.

ஆண்களும், மாற்று அறுவை சிகிச்சையின் மூலம் சரிசெய்து கொண்டு, குழந்தை பெற வாய்ப்புள்ளது. இத்தகைய கருத்தடை முறைகளை தம்பதியருக்கு எடுத்துச் சொல்லி, அவர்களின் விருப்பப்படி குடும்பக் கட்டுப்பாடை மேற்

கொள்ளச் செய்யவேண்டும். மருத்துவ ரீதியாக அவரவர் உட லுக்குத் தகுந்த கர்ப்பத் தடையைப் பின்பற்ற மருத்துவரிடம் ஆலோசனை பெறவேண்டும்.

'குழந்தை வேண்டாம்' என்று நினைப்பவர்களுக்கான வழிமுறைகளைச் சொல்லிவிட்டேன். 'குழந்தை வேண்டும்' என்கிற தவிப்போடு தவமிருப்பவர்களுக்கும் ஒருவழி சொல்ல வேண்டாமா?

வாருங்கள் அடுத்த அத்தியாயத்துக்கு!

9

மகப்பேறின்மை

கோபால், யாழினியின் வீட்டுக்குள் நுழைந்த போது மணி இரவு ஏழு. விளக்குகள் எரியாமல், வீடே இருண்டு கிடந்தது. 'யாழினி... யாழினி...' என்று அழைத்தவாறே சுவிட்சைப் போட்ட கோபால் அதிர்ந்தார். சோபாவில் சுருண்டு படுத்து யாழினி அழுதுகொண்டிருந்தாள்.

'யாழினி, 'என்னம்மா... என்னாச்சு?' என்று பதறியபடி கேட்க, 'கல்யாணமாகி ரெண்டு வரு ஷம் மேல ஆச்சு. இன்னுமா குழந்தை உண டாகலை'ன்னு எங்க போனாலும் கேக்கறாங் கப்பா. எனக்கு அவமானமா இருக்கு. மலடின்னு பேர் வாங்கிடுவேன் போலிருக்கு' அழுகையும் ஆத்திரமுமாய் சொல்லி முடித்தாள் யாழினி.

'அசடு... இதுக்கா அழற? டாக்டர்கிட்ட போய் செக்-அப் பண்ணி, ட்ரீட்மெண்ட் எடுத்துக் கிட்டா அடுத்த வருஷமே உன் கையில குட்டி யாழினி இருப்பா' என்றார் கோபால் ஆதரவாய்.

கோபால் சொன்னது நூற்றுக்கு நூறு உண்மை. இன்றைக்கு மருத்துவ உலகம் வெகுவாக

முன்னேறிவிட்டது. மகப்பேறின்மையை எளிதாகத் தீர்க்கக் கூடிய மருத்துவ வசதிகள் வந்துவிட்டன. 'குழந்தையில்லாத தம்பதியே இனி இல்லை' என்கிற இலக்கை நோக்கித்தான் மருத்துவத் துறை ஓடிக்கொண்டிருக்கிறது.

இந்த சந்தோஷச் செய்திகளெல்லாம் ஒருபுறம் இருக் கட்டும். பல தம்பதிகளை வருத்திக் கொண்டிருக்கும் மகப்பேறின்மை பற்றி கொஞ்சம் விரிவாகப் பேசலாமா?

மகப்பேறின்மை என்கிற நிலை எப்போது உணரப் படுகிறது?

யாழினியின் கதை மூலமாகவே விளக்குகிறேனே! யாழினிக்கு வயது 25. (ஒரு பெண், குழந்தை பெற்றுக் கொள்ளத் தகுந்த வயது 20-லிருந்து 25 வரை. இக்கால கட்டத்தில் இனப்பெருக்க உறுப்புகள் முதிர்ச்சி அடைந்து கருவணு முழு ஆரோக்கியத்தோடு இருப்பதால், கருத்தரித் தலும் மிக எளிதாக நடைபெறும்). திருமணமாகி இரண்டு வருஷங்களுக்கு மேல் ஆகிவிட்டன. யாழினிக்கு மாத விலக்குச் சுற்றில் எந்தப் பிரச்னையும் இல்லை. அவளது கணவனுக்கும் உடல்ரீதியாக எந்தவித கோளாறும் கிடை யாது. இருவரும், சரியான சமயத்தில் உடலுறவு கொள்ளவும் தவறுவதில்லை.

இப்படி எல்லா அம்சங்களும் சரியாக இருந்தும், குழந்தை பிறக்கவில்லையெனும் போதுதான் 'மகப்பேறின்மை' நிலை உணரப்படுகிறது.

சரி... யாழினி இப்போது என்ன செய்யலாம்? அவளது அப்பா சொன்னது போல, உடனடியாக ஒரு மகப்பேறு மருத்து வரைப் போய்ப் பார்க்கலாம் - தம்பதி சமேதராக!

மகப்பேறு மருத்துவர், சில பரிசோதனைகளின் மூலமாக இரண்டு கேள்விகளுக்கு விடை காண முற்படுவார்.

பரிசோதனைகள் பற்றிப் பின்னால் சொல்கிறேன். முதலில் கேள்விகளைப் பார்த்து விடுவோம். யாருக்குப் பிரச்னை? என்ன பிரச்னை? இவைதான் அடிப்படையான கேள்விகள்.

யாருக்குப் பிரச்னை என்பதை இப்படி பட்டியலிடலாம்.

1. தம்பதியரில் ஆணுக்கு மட்டும் குறை இருக்கலாம்

2. பெண்ணுக்கு மட்டும் குறை இருக்கலாம்

3. ஆண், பெண் இருவருக்கும் குறை இருக்கலாம்

4. ஆணுக்கு எளிதில் குணமாக்கக் கூடிய குறை இருக்க லாம். உடலுறவு கொள்ளும் முறையில் சிறிது மாற்றம் செய்தாலே போதுமானது.

5. இருவருக்கும் உடலுறவு கொள்வதில் ஈடுபாடு இல்லாமலும், அதைப் பற்றிய முழு விபரமும் அறியாமலிருக்கலாம்.

6. பெண்ணுக்கு எளிதில் குணமாக்கக் கூடிய குறை இருக்கலாம். (கருவணு முதிராதிருத்தல்)

7. ஆணுக்கு ஒன்றுக்கு மேற்பட்ட குறைகள் இருக்கலாம்.

8. பெண்ணுக்கு, ஒன்றுக்கு மேற்பட்ட குறைகள் இருக்கலாம்.

9. ஆணுக்கும் பெண்ணுக்கும் (இருவருக்கும்) ஒன்றுக்கு மேற்பட்ட குறைகள் இருக்கலாம்.

என்ன பிரச்னை என்பதற்கான பட்டியல் இது.

1. தம்பதியரால் முழுமையான உடலுறவு வைத்துக் கொள்ள முடியாமலிருக்கலாம்.

2. சரியான நேரத்தில் உடலுறவு கொள்ளாமலிருப்பது.

3. சில ஆண்களுக்கு விந்தணுக்களே இருக்காது. இந்த நிலையே ஆண் மலட்டுத்தன்மை என்று அழைக்கப் படுகிறது. விந்துநீர் குறைவாக இருந்தாலும், விந்தணுக்களின் எண்ணிக்கையோ அல்லது அவற் றின் வீரியமோ குறைவாக இருந்தாலும் இத்தகைய குறைபாடு ஏற்படுகிறது.

4. பாலினச் சேர்க்கையில் ஆர்வம் இருந்தும் சில ஆண் களால் செயல்பட முடியாது. இந்நிலை ஆண்மைக் குறைவு (Impotency) என்று அழைக்கப்படுகிறது. ஆண் மலட்டுத்தன்மை என்பது வேறு, ஆண்மைக் குறை பாடு என்பது வேறு என்ற உண்மையை புரிந்து கொள்ள வேண்டும். ஆண்மைக் குறைபாடு உள்ள

ஆண், உடனடியாக அதற்குரிய சிகிச்சையை பெறவேண்டும். அப்போதுதான் அவரின் மனைவி இயற்கையாக கருத்தரிக்க முடியும்.

4. பெண்ணுக்குக் கருவணு அரிதாக முதிர்வது அல்லது கருவணுவே உருவாகாமலிருத்தல்.

5. கரு இணைக்குழாய்களில் அடைப்பு ஏற்பட்டிருப்பது அல்லது சேதமடைந்திருப்பது.

6. கர்ப்பப்பையின் வாய்ப்பகுதியில் சுரக்கும் சளியில் நச்சுத்தன்மை ஏற்பட்டு விந்தணுக்களை அழிக்க வாய்ப்புள்ளது.

7. கருவகத்திலிருந்து சுரக்கப்படும் புரஜஸ்ட்ரோன் எனப் படும் ஹார்மோன், போதுமான அளவு சுரக்காமல் இருப்பது.

8. கர்ப்பப்பையின் அசாதாரணத் தன்மை

9. இனப்பெருக்க உறுப்புகளில் கிருமிகளின் காரணமாக நோய்த்தாக்கம் ஏற்படுவது.

10. சிறுநீர்ப் பாதையில் நோய்த் தொற்று ஏற்பட்டிருப்பது

11. ஹார்மோன்களின் ஒழுங்கின்மை.

12. பெண்ணுக்கு 30 வயது மேல் ஆகியிருப்பது.

ஆக பரிசோதனைகளின் மூலமாக யாருக்கு பிரச்னையிருக் கிறது, என்ன பிரச்னையிருக்கிறது என்பதை மகப்பேறு மருத்துவர் கண்டறிவார். அதற்கேற்றபடி சிகிச்சையளித்து, குழந்தை பெறுவதற்கான நல்ல வாய்ப்பை ஏற்படுத்தித் தருவார்.

தம்பதியரில் ஒருவருக்கு மட்டும் ஏதேனும் ஒரு குறை யிருப்பின், அதை எளிதாகச் சரிசெய்து விடலாம். அந்த மாதிரியான சமயத்தில், குறையில்லாத மற்றொருவரின் பொறுமையும், உறுதுணையும் மிக அவசியம்.

கணவன்-மனைவி இருவருக்குமே ஒன்றுக்கும் மேற்பட்ட பிரச்னையிருக்கிறது எனில், சரி செய்வது கஷ்டம்தான். மகப்பேறை உண்டாக்கும் வாய்ப்பும் குறைவு. என்றாலும் நேரமும் பணமும் விரயமாகிறதே என்று எண்ணாமல்,

தம்பதியர் பொறுமையுடனும், மன உறுதியுடனும் இருந்தால் நல்லது நடக்க வாய்ப்பிருக்கிறது.

இவை எல்லாவற்றையும்விட முக்கியமானது மருத்துவர் மீதான நம்பிக்கை. மருத்துவரை நன்கு புரிந்துகொண்டு அவருக்கு முழுமையான ஒத்துழைப்பு கொடுக்க வேண்டும். அந்த நம்பிக்கையும், மருத்துவரின் சிகிச்சையும் மகப் பேறின்மையை வெற்றிகொள்ள உறுதுணையாக இருக்கும்.

பரிசோதனைகள் என்று சொன்னேன் இல்லையா, அவற்றைப் பற்றிப் பார்ப்போம்.

மகப்பேறின்மை பிரச்னையோடு வரும் தம்பதியரில், கணவனைத்தான் முதலில் பரிசோதனை செய்யவேண்டும். ஏனெனில் ஆணுக்கு செய்யப்படும் விந்தணு சோதனை மிக எளிதானது; வலியில்லாதது. அதிக செலவில்லாதது என்பது கூடுதல் சிறப்பம்சம்.

இந்தப் பரிசோதனையில், ஆணின் விந்துவிலுள்ள உயிரணுக் களின் எண்ணிக்கை, விந்து நீரின் அளவு, உயிரணுக்களின் அமைப்பு, ஓட்டத்தன்மை ஆகியவை கண்டறியப்படு கின்றன. அவற்றில் ஏதாவது குறையிருப்பின், அதற்குத் தகுந்த சிகிச்சையளிக்கப்படுகிறது.

ஆணிடம் குறையில்லை என்பது உறுதியானவுடன் பெண்ணுக்குப் பரிசோதனை செய்து பார்க்கலாம்.

ஒரு கரு உருவாக, கருவணு, ஆணின் விந்து, அவற்றை இணைக்கும் கருக்குழாய், கருவகம், கர்ப்பப்பை போன் றவை ஆரோக்கியமாக இருக்கவேண்டும். கருவணுவும் விந்தணுவும் இணைந்து இணை கரு உருவாகக்கூடிய சாதகமான சூழல், பெண்ணின் உடலில் இருக்கவேண்டும். ஹார்மோன்களின் தாக்கம், உடலுறுப்புகளில் குறைபாடு, சுற்றுப்புறச் சூழலின் தாக்கம் ஆகியவை இருக்கக் கூடாது.

மேலே குறிப்பிட்டபடி பெண்ணின் இனப்பெருக்க உறுப்பு கள் அமைந்திருக்கிறதா என்பதைக் கண்டறிய சில பரிசோதனைகள் பயன்படுகின்றன. எக்ஸ்ரே கதிர் ஊடுருவும் பரிசோதனையும், அல்ட்ராசவுண்ட் ஸ்கேனும் அவற்றுள் முக்கியமானவை.

அல்ட்ரா சவுண்ட் சோதனை

அல்ட்ரா சவுண்ட் ஸ்கேன் மூலம் பெண்ணின் அடி வயிறு ஸ்கேன் செய்யப்படுகிறது. கர்ப்பப்பையின் உடற்பகுதி, கர்ப்பப்பையின் கழுத்துப்புறம், செர்விக்ஸ் எனப்படும் அதன் வாய்ப்பகுதி, கருவகத்தின் அமைப்பு, கருவணு உருவாகும்விதம் ஆகியவற்றைப் பற்றி அறிந்துகொள்ள முடிகிறது. அவற்றில் ஏதேனும் குறையிருப்பின், அதையும் ஸ்கேன் மூலம் அறிந்துகொண்டு தேவைக்கேற்றபடி சிகிச்சை எடுத்துக்கொள்ளலாம். கருவகத்தில் நீர்க்கட்டிகள் இருந்தாலும் ஸ்கேன் அதைக் காட்டிக்கொடுத்துவிடும்.

ஹெச்.எஸ்.ஜி

கரு இணைக்குழாயின் ஆரோக்கியக் குறைபாடோ அல்லது அடைப்போதான், ஒரு பெண்ணின் மலட்டுத்தன்மைக்கு முக்கிய காரணமாக அமையும். கரு இணைக் குழாயின் குறைபாட்டை, எக்ஸ்ரே கதிர் ஊடுருவும் பரிசோதனை மூலம் எளிதில் கண்டறிய முடியும்.

இதைச் சுருக்கமாக ஹெச்.எஸ்.ஜி. என்றழைப்பார்கள். இம்முறையில், ஒருவித திரவத்தை கரு இணைக்குழாய்க்குள் செலுத்துவார்கள். பின்னர் கரு இணைக்குழாயை X-ray கதிருக்கு உட்படுத்தி, திரவம் வெளியேறும் பாதையில் தடை ஏதுமிருக்கிறதா என்று கண்டறிவார்கள்.

கர்ப்பப்பையின் வளர்ச்சி, இடுப்புக் குழியில் (Pelvic cavity) அதன் அமைவு, கர்ப்பப்பையின் உட்புற அறையின் அளவு மற்றும் வடிவம், கருக்குழாயின் நீளம், அதன் தன்மை போன்றவற்றையும் இந்த பரிசோதனை மூலம் அறிந்து கொள்ளலாம். கரு இணைக்குழாயில் அடைப்பிருக்கிறதா என்பதையும், அந்த அடைப்பின் இடத்தையும், நீளத்தையும் கூட எக்ஸ்-ரே பரிசோதனை காட்டிக் கொடுத்துவிடும்.

கரு இணைக்குழாயிலுள்ள பிரச்னையின் தீவிரத்தைப் பொறுத்து சிகிச்சை முறையை மருத்துவர் முடிவு செய்வார்.

பெரும்பாலும், அறுவை சிகிச்சையின்றி எளிய முறையில் அடைப்பை சரி செய்யத்தான் மருத்துவர் முயல்வார். அப்போதுதான் இயற்கையாக கருத்தரிக்க முடியும்.

கரு இணைக்குழாயின் அடைப்பையோ குறைபாட்டையோ சரி செய்ய முடியாது எனில், அந்த பெண் இயற்கையாகக் கருத்தரிக்க வாய்ப்பில்லை. அவர்களுக்கு இருக்கும் ஒரே வழி, சோதனைக் குழாய் முறையில் குழந்தை பெற்றுக் கொள்வதுதான். அதாவது டெஸ்ட் ட்யூப் பேபி முறை.

லேப்ரோஸ்கோபி

இம்முறையின் மூலம் கர்ப்பப்பை, கருஇணைக்குழாய்கள் மற்றும் கருவகங்களைத் தெளிவாகப் பார்க்க முடியும். கருஇணைக்குழாய்களிலுள்ள அடைப்பையும் சதை ஒட்டு தல்களையும் கண்டுபிடித்து நீக்க லேப்ரோஸ்கோபி பெரிதும் கைகொடுக்கிறது.

கருவகங்களிலுள்ள நீர்க்கட்டிகளைக் கண்டறிந்து கரைக்க வும் இம்முறை பயன்படுகிறது. மேலும், கர்ப்பப்பை மற்றும் அதனைச் சுற்றியுள்ள உறுப்புகளில் ஏற்படும் குறைகளை நிவர்த்தி செய்யவும் இந்த சிகிச்சை முறை கை கொடுக்கிறது.

ஹிஸ்ட்ரோஸ்கோபி

ஹிஸ்ட்ரோஸ்கோபி என்று மற்றுமொரு பரிசோதனை முறை உண்டு. கர்ப்பப்பையின் உள்ளேயுள்ள கட்டிகள், சதை வளர்ச்சி போன்றவற்றைக் கண்டறிந்து சிகிச்சையளிக்க இம்முறை உதவுகிறது. கரு இணைக்குழாய்களின் உள் துவாரங்களிலுள்ள குறைகளையும் ஹிஸ்ட்ரோஸ்கோபி மூலமாக சரிசெய்துவிட முடியும்.

மகப்பேறின்மையை சரிசெய்ய சிகிச்சை மட்டும்தான் ஒரே தீர்வு என்று சொல்வதற்கில்லை. சில தம்பதியருக்கு, சின்னச் சின்ன பிரச்னைகளின் காரணமாகக்கூட கரு உருவாகாமல் போகலாம். மருத்துவரின் ஆலோசனையின் பேரில், பிரச்னை என்னவென்பதைப் புரிந்துகொண்டு தம்பதியரேசரி செய்துகொள்ளலாம்.

உதாரணமாக, உடலுறவு முறையில் சிறிய மாற்றம் செய் தாலே சில தம்பதியருக்குக் குழந்தை பிறக்க வாய்ப் பிருக்கிறது. குடும்பச் சூழல் காரணமாக, சில தம்பதிகள் பதற்றமும், அவசரமுமாக உடலுறவு கொள்வார்கள்.

அதைவிடுத்து, அமைதியான, தனிமையான சூழலில் மனமொன்றி உடலுறவில் ஈடுபட்டால் கரு உருவாகும் வாய்ப்பு பிரகாசமாகும்.

குறைந்தபட்ச உடல் வெப்ப நிலையைப் (Basal Body Temporature) பற்றி போன அத்தியாயத்தில் குறிப்பிட்டிருந் தேன். அதன் அடிப்படையில், வெப்பநிலை குறையும் நாளை யும், மியூகஸ் திரவம் சுரக்கும் சமயத்தை ஒட்டியும் உடலுறவு மேற்கொண்டால், கருத்தரிக்கும் வாய்ப்பு அதிகரிக்கும்.

ஒழுங்கான மாதவிலக்குச் சுற்றுள்ளவர்களுக்கு, 13-லிருந்து 15 நாட்களுக்குள் வெப்பநிலை குறையும். அந்த மூன்று நாட்களில் என்றைக்கு உடல் வெப்பம் குறைகிறதோ அந்த ஒரு நாளில் (13,14,15) உடலுறவு வைத்துக்கொண்டால் நிச்சயம் கரு உண்டாகும்.

வெளிநாடுகளில், LH பரிசோதனை முறை தற்போது பிரபல மாக இருக்கிறது. LH என்றால் லூட்டினைஸிங் ஹார்மோன். சிறுநீரில் இந்த ஹார்மோன் அளவைக் கணக்கிடுவதன் மூலம் முட்டை வெளியேறும் நாளைத் தெரிந்துகொள்ள முடியும். அந்த நாளுக்கு முன்னும் பின்னும் உடலுறவு கொண்டால் கரு உருவாகும். இந்த பரிசோதனைக்காக மருத்துவரிடம் போகவேண்டிய அவசியமில்லை.

கடைகளில் LH கார்டு சோதனை என்ற பெயரில் விற்பனை செய்யப்படுகிறது. அதைக்கொண்டு பெண்களே தங்களது சிறுநீரை பரிசோதனை செய்துகொள்ளலாம். அதன் மூலம் LH-ன் அளவைக் கணக்கிட்டுக் கொள்ளலாம். ஆனால் இந்த முறை இங்கு பரவலாகப் பின்பற்றப்படுவதில்லை. ஏனெனில், இப்பரிசோதனைக்கான செலவு, சற்றே அதிகம்.

மேற்சொன்ன மூன்று முறைகளில் ஏதேனும் இரண்டை பின்பற்றினால் கருவணு முதிர்ந்து வெடிக்கும் நாளை எளிதில் நிர்ணயிக்க முடியும் என்றாலும் ஆரம்பத்தில் மருத்து வரின் உதவியும் ஆலோசனையும் தேவை.

இனப்பெருக்கப் பருவத்தில் மகப்பேறின்மையைப் போலவே, கருக்கலைதலும், கவலைகொள்ள வேண்டிய பிரச்னைதான். கரு உருவாகி 28 வாரங்களுக்குள், ஏதேனும் ஒரு இடையூறு ஏற்படலாம். அதன் விளைவாக,

மேற்கொண்டு வளர முடியாமல், கரு கலைந்துவிடுகிறது. அடிவயிற்றில் வலி, உதிரப்போக்கு அல்லது வலியுடன் கூடிய உதிரப்போக்கு ஆகியவையே இதன் அறிகுறிகள்.

கருக்கலைதலில் பல வகைகள் உள்ளன.

1. பயமுறுத்தும் கருக்கலைப்பு (Threatened Abortion)

அடிவயிற்றில் வலியோ அல்லது உதிரப்போக்கோ இருக்கும். ஆனால் பரிசோதித்துப் பார்க்கும்போது, கர்ப்பப் பையின் வாய்ப்பகுதி மூடியிருக்கும், B-HCG சோதனையும் கர்ப்பத்தை உறுதிப்படுத்தும். ஸ்கேனில் பார்க்கும்போது, கருவின் இதயத் துடிப்பும் தெரியும். இந்த நிலையில் சரியான சிகிச்சை மூலமும் முழு ஓய்வு மூலமும் கர்ப்பம் கலையாமல் பாதுகாக்க முடியும்.

2. தவறிய கருக்கலைப்பு (Missed Abortion)

வயிற்றில் வலியோ, உதிரப் போக்கோ ஏற்படலாம் அல்லது எந்தவித அறிகுறியும் இல்லாமல் இருக்கலாம். ஆனால் கருவின் வளர்ச்சி நின்று விட்டிருக்கும். B-HCG சோதனையும் நெகடிவ் என காண்பிக்கும். ஸ்கேன் செய்து பார்க்கும்போது, கருவின் வளர்ச்சி குறைந்தும், இதயத் துடிப்பு இல்லாமலும் இருக்கும். இந்த நிலையில் கர்ப்பப்பையை கூடிய சீக்கிரம் சுத்தம் செய்து கலைந்த கருவை அகற்ற வேண்டும்.

3. தவிர்க்க முடியாத கருக்கலைப்பு

கர்ப்பப்பையின் வாய்ப்பகுதி திறந்துகொண்டு, வயிற்றில் வலியுடன் உதிரப் போக்கின் வழியாக கருக்கலைகிற வகை இது. சில சமயங்களில் தானே முழுமையாக கலைந்துவிடும். சில சமயம் டி&சி என்கிற முறை மூலம் சுத்தம் செய்யலாம்.

4. நச்சுத்தன்மையால் கருக்கலைப்பு

மேற்சொன்ன அறிகுறிகளில் ஏதேனும் தோன்றலாம். அத்துடன் அதிக காய்ச்சலும், துர்நாற்றத்துடன் பிறப் புறுப்பிலிருந்து ரத்தப்போக்கும் காணப்படும். அதிக அழுத் தம் காரணமாக வயிற்றில் வீக்கம் போன்றவை ஏற்படலாம். இதை செப்டிக் அபார்ஷன் (Septic Abortion) என்பார்கள். மிகவும் ஜாக்கிரதையாக கையாள வேண்டிய பிரச்னை இது.

5. அடிக்கடி ஏற்படும் கருக்கலைப்பு (Recurrent Abortion)

ஒரு பெண்ணுக்கு 3 முறைக்கு மேல் தானாக கருக்கலைதல் ஏற்பட்டிருந்தால், அவளை முழுமையாகப் பரிசோதித்து அதற்கான காரணத்தைக் கண்டறிய வேண்டும்.

பெரும்பாலும் இவ்வாறு கரு கலைவதற்கு செர்விக்ஸ் எனப்படும் கர்ப்பப்பையின் வாய் தளர்ந்து திறப்பதுதான் காரணம். மேலும், கர்ப்பப்பையின் அசாதாரணத் தன்மை யும், டாக்ஸோபிளாஸ்மாஸிஸ், ரூபெல்லா போன்ற நோய்த் தொற்றின் (infection) காரணமாகவும் இருக்கலாம்.

இதர காரணங்கள்:

- கர்ப்பப்பையின் வளர்ச்சியின்மை

- ஹார்மோன் குறைபாடுகள்

- மரபியல் சம்பந்தப்பட்ட குறைபாடு இருந்தால், கருவை வளர விடாமல் இயற்கை தடை விதித்து விடும்.

விளக்கமளிக்கவே முடியாத சில சூழ்நிலைகளாலும் கருக் கலைப்பு ஏற்படலாம். உடலின் எதிர்ப்புச் சக்தி காரணமாக இப்படிப்பட்ட சூழல்கள் உருவாகின்றன.

எதிர்ப்புச் சக்தியின் அடிப்படை என்ன? நமது உடலின் இயல்பு என்னவெனில், எந்தவித 'அந்நியர்களையும்' அது அனுமதிக்காது. அப்படியே ஓர் அந்நியன் அத்துமீறி நுழைந்துவிட்டால், உடனடியாக, antibodies எனப்படும் எதிர்ப்புச்சக்தி வீரர்களை உருவாக்கி அந்நியனை விரட்டி யடித்து விடும்.

ஆணின் விந்தணுவும், கருவும்கூட பெண் உடலைப் பொறுத்தவரை 'அந்நியன்'தான். எனவே விந்தணு, கருவழிப் பாதையில் நுழைந்தவுடன் அதை அந்நியனாக எண்ணி antibod-ies-களை உடல் உருவாக்கிவிடும். அவை, விந்தணுவை அழித்து விடுகின்றன. சமயங்களில், இதே காரணத்தினால் கருவணுவேb, விந்தணுவை நிராகரித்தும் விடுகிறது.

இதே நிலை தொடர்ந்தால் எப்படி கரு உருவாவது? அதற் காகத்தான் புரஜஸ்ட்ரோன் அதிகமாகச் சுரந்து, உடல்

எதிர்ப்புத் தன்மையைக் குறைக்கிறது. அந்த வாய்ப்பைப் பயன்படுத்திக் கொண்டு கருவணுவோடு விந்தணு இணைந்து விடுகிறது. கருவும், கர்ப்பப்பையில் பதிந்து வெற்றிகரமாக வளரத் தொடங்குகிறது. புரஜஸ்ட்ரோன் ஏதோ ஒரு காரணத்தினால், தனது வேலையில் தவறிப் போகையில், உடல் எதிர்ப்புச் சக்தி அதிகரித்து விடுகிறது. அதனால் விந்தணு, கருவணுவோடு இணைய முடியாமல் அழிந்துவிடுகிறது. அதையும் மீறி, கரு உருவாகி விட்டா லும், குறுகிய காலத்துக்குள் கலைந்துவிடுகிறது.

முத்துக் கர்ப்பம் (Molar pregnancy)

உடல் குறைபாடு காரணமாக, தானாகக் கரு கலைந்துவிடும் பிரச்னையை இதுவரை பார்த்தோம். கருவை கலைக்க வேண்டிய முடிவை நாமே எடுக்க வேண்டிய சூழலும் வரும். எப்போது என்கிறீர்களா?

முத்துக் கர்ப்பம் என்றொரு வகையுண்டு. ஆங்கிலத்தில் Hy-datidiform mole என்றழைப்பார்கள். இது கலைக்கப்பட வேண்டிய கர்ப்பம். ஏனெனில், இந்த வகை கர்ப்பத்தில் கரு

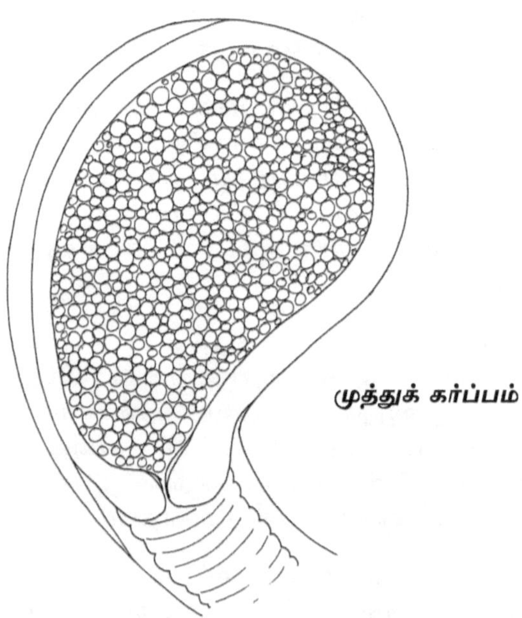

உருவாகியிருக்காது. விந்தணு, கருவணுவோடு அசாதாரண நிலையில் இணையும்போது இத்தகைய கர்ப்பம் ஏற்படு கிறது. கருவுக்குப் பதிலாக, நச்சுக்கொடியின் பகுதிகள் மட்டுமே கர்ப்பம் போன்ற தோற்றத்தைக் கொடுக்கும்.

இரண்டு விந்தணுக்கள், கருவணுவோடு இணைய முயற் சிக்கும்போதும் முத்துக்கர்ப்பம் ஏற்படுகிறது. இதற்கு மரபுக் கூற்று உட்பட பலவித காரணங்கள் சொல்லப்படுகின்றன.

முத்துக் கர்ப்பத்துக்கான அறிகுறிகள்

1. அதிகமான வாந்தி

2. உள் பரிசோதனையில், கர்ப்பப்பை, கர்ப்பத்தின் நாள் கணக்கைவிட பெரியதாக இருப்பது.

3. B-HCG பரிசோதனையில், கருவின் வளர்ச்சி, எதிர் பார்க்கப்படும் அளவைவிட, 2-4 மடங்கு அதிகமாக இருப்பது.

4. திடீரென உதிரப்போக்கு ஏற்பட்டு, முத்து போன்ற சதைகள் வெளியே வருவது.

இத்தகைய அறிகுறிகள் கர்ப்பம் தரித்த 12 வாரங்களுக்குள் தென்படும். ஸ்கேன் மூலமாக குறுகிய காலத்தில் முத்துக் கர்ப்பத்தைக் கண்டறிய முடிகிறது. முத்துக் கர்ப்பம் கண்டறியப்பட்டால், உடனடியாக கர்ப்பப்பையை சுத்தம் செய்துவிட வேண்டும். வெளியே எடுக்கப்பட்ட முத்துக் கர்ப்பத்தைப் பரிசோதனைக்கு அனுப்பி, அசாதாரணமான விளைவுகள் ஏற்படுமா என்றும் அறிந்துகொள்ள வேண்டும். முத்துக்கர்ப்பம் சரியான நேரத்தில் கண்டுபிடிக்கப்பட வில்லையெனில், புற்றுநோய் போன்ற பேராபத்துகள் உருவாகிவிட வாய்ப்பிருக்கிறது.

இதுபோன்ற அசாதாரண பிரச்னைகளில் மாட்டிக்கொள்ளா மல் இருக்க வேண்டுமெனில், அதற்கொரு வழியுண்டு. கர்ப்பமாக உள்ள அனைத்துப் பெண்களும் முடிந்தவரையில் சீக்கிரமாகவே ஸ்கேன் பரிசோதனை செய்துகொள்ள வேண்டும். அப்போதுதான் பல பிரச்னைகளிலிருந்து தங்களைப் பாதுகாத்துக்கொள்ள முடியும்.

10

மெனோபாஸ்

'என்னை பைத்தியக்கார ஆஸ்பத்திரிக்கு கூப்டுட்டு போறீங்களா?'

வித்யாவிடமிருந்து திடீரென்று இப்படியொரு கோரிக்கையை கோபால் எதிர்பார்க்கவில்லை. 'ஏம்மா... ஏன் இப்படி பேசற?' என்றார் பதறிப் போய்.

'இப்பல்லாம் எதுக்கெடுத்தாலும் கோபம் வருதுங்க. ஒரே எரிச்சலா இருக்கு. சமயங்கள்ல உங்க மேலகூட எரிஞ்சு விழறன். நைட்ல சரியா தூக்கம் வரமாட்டேங்குது. என்னென்னவோ கற்பனை வருது...' - அடுக்கிக்கொண்டே போனாள் வித்யா.

'அநாவசியமா மனசைப் போட்டு குழப்பிக் காதம்மா. உனக்கு ஒண்ணுமில்லை. வேலை செஞ்சு செஞ்சு நீ சோர்ந்து போயிட்ட. பேசாம வேலைக்கு ஆளைப் போட்டுட்டு நீ ரெஸ்ட் எடு. எல்லாம் சரியாய்டும்' என்று ஆறுதலாகச் சொன்னார் கோபால்.

வித்யாவுக்கு ஆறுதல் சொன்னாலும், அவர் மனத்திலும் ஒரு கேள்வி ஓடிக்கொண்டுதான் இருந்தது. 'வித்யாவுக்கு என்ன பிரச்னை?'

வித்யாவுக்கு மெனோபாஸ் (Menopause) நெருங்கிக் கொண் டிருப்பதுதான் பிரச்னை.

மெனோபாஸ் என்பது மாதவிலக்கு முற்றுப் பெறுகிற நிலை!

ஒரு பெண்ணின் வாழ்க்கைப் பயணத்தில் 'critical period' ஒன்று உண்டென்றால், அது மெனோபாஸ் நெருங்குகிற கால கட்டம்தான். குறிப்பாக, மாதவிலக்கு நிற்பதற்கு முன்பும், மாதவிலக்கு நின்றுவிட்ட நிலைக்கும் இடையிலான காலத்தைக் கடப்பது மிகச் சிரமமான விஷயம். இதற்குப் பல காரணங்கள் இருக்கின்றன.

பொதுவாக, 20-லிருந்து 25 வயதுக்குள் ஒரு பெண்ணுக்குத் திருமணமாகிறது. 40-லிருந்து 45 வயது வரை (middle age) கணவன், குழந்தை, குடும்பம் என்றே அவளின் காலச்சக்கரம் சுழல்கிறது. அந்த சமயத்தில், அவளின் பெண், திருமணம் செய்துகொண்டு செட்டிலாகியிருப்பாள். வேலை, வேலை யென்று பிள்ளை ஓடிக்கொண்டிருப்பான்.

பெற்ற பிள்ளைகளோடு திடீரென்று இப்படியொரு இடை வெளி ஏற்படுவது மனத்தளவில் அவளைப் பாதிக்கும். வயதாவதன் காரணமாக அழகும், இளமையும் குறைவதும், தலைமுடி நரைத்துப் போவதும், உடல் பலவீனமாவதும் அவளது மனநிலையில் பல்வேறு தாக்கங்களை ஏற்படுத்தும்.

இவற்றை எதிர்கொள்வதே பெரிய சவால்தான். இந்நிலை யில், மெனோபாஸால் ஏற்படும் உடல் மற்றும் மனரீதியான மாற்றங்களும் சேர்ந்துகொள்ள, பயணம் மிகக் கடினமான தாகி விடுகிறது.

முதலில் சொன்ன பிரச்னைகளைக் கூட ஓரளவுக்கு சமாளித்து விடலாம். மெனோபாஸைச் சுற்றி நிகழும் மாற்றங்கள்தான் வாழ்க்கையை நரகமாக்கி விடுகின்றன.

ஆனால், ஒரு பெண் நினைத்தால் இந்த பயணத்தை மிக எளிதானதாக, சந்தோஷமானதாக மாற்றிக்கொள்ள முடியும்.

எப்படி என்பதைத்தான் விரிவாக விளக்கப்போகிறது இந்த அத்தியாயம்.

மருத்துவ அறிவியலின் அடிப்படையில், மெனோபாஸை மூன்று காலகட்டங்களாகப் பிரித்துப் பார்க்கிறோம். அவை...

மெனோபாஸ்ுக்கு முந்தைய காலம் (pre menopause)

மெனோபாஸ் காலம் (menopause)

மெனோபாஸ்ுக்குப் பிறகான காலம் (post menopause)

மெனோபாஸ்ுக்கு முந்தைய காலம் (pre-menopause)

மெனோபாஸ்ுக்கு முந்தைய காலம், 40 வயதிலோ அல்லது அதற்கு முன்னரோகூட ஆரம்பிக்கும். இந்தக் காலம், 2-லிருந்து 8 வருஷம் வரைகூட நீடிக்க வாய்ப்புள்ளது.

முன்பே குறிப்பிட்டது போல, மாதவிலக்கு நிற்பதற்கு முன் உள்ள காலகட்டத்தில், உடலிலும் மனத்திலும் பல மாற்றங் கள் ஏற்படுகின்றன. அவற்றை, மாதவிலக்கு நின்றுவிட்டதற் கான அறிகுறிகளாக பலரும் எடுத்துக்கொள்கின்றனர். அது தவறு.

மெனோபாஸ்ுக்கு முந்தைய காலகட்டத்தை உணர்த்தும் அறிகுறிகளாக சிலவற்றைப் பட்டியலிடலாம்.

மாதவிலக்குச் சுற்றில் மாற்றம்

இக்காலகட்டத்தில், ஈஸ்ட்ரோஜன், புரஜஸ்ட்ரோன் ஆகிய ஹார்மோன்களின் அளவில் நிறைய ஏற்ற இறக்கங்கள் இருக்கும். அவற்றின் காரணமாக மாதவிலக்கு சுற்று ஒழுங்கற்றதாக அமையும். ஈஸ்ட்ரோஜன் சுரக்கும்போது, கர்ப்பப்பையின் உட்புறச் சுவர் வளர்கிறது. கருவணு முதிர்ந்தால், புரஜஸ்ட்ரோன் சுரக்கும். ஆனால் இக்கால கட்டத்தில், கருவணு முதிராததால், புரஜஸ்ட்ரோன் சுரக் காது. எனவே, ஈஸ்ட்ரோஜன் தொடர்ந்து சுரந்து, கர்ப்பப் பையின் உட்புறச் சுவரான என்டோமெட்ரியத்தைத் தடி மனாக்குகிறது. அதனால்தான், மாதவிலக்கின்போது ரத்தப் போக்கும் அதிகமாகிறது.

மாதவிலக்குக்கு முன் தோன்றும் அறிகுறிகள் அதிகரிப்பது

அடி வயிறு கனத்திருப்பது, காரணமில்லாமல் எரிச்சல் அடைவது போன்ற அறிகுறிகள், இச்சமயத்தில் அதிகமாக காணப்படும். எடை அதிகரித்தல், மார்பு கனத்துப்போதல், கை, கால், பாதம் மரத்துப் போதல், தலைவலி போன்ற உபாதைகளும் கூடுதலாக வந்து சேரும்.

உணர்வுகளில் மாற்றம்

மூளையில் சுரக்கும் ஸெரோடோனின் எனும் சுரப்பி, ஈஸ்ட்ரோஜனுடன் சேரும்போது சில உணர்வுகளைக் கட்டுப் படுத்துவதாக ஆய்வொன்று தெரிவிக்கிறது. மெனோ பாஸ்க்கு முந்தைய காலகட்டத்தில் ஸெரோடோனின் சுரப்பும் குறைகிறது. ஈஸ்ட்ரோஜன் சுரப்பும் ஒழுங்கற்றதாக இருக்கிறது. எனவே, மன அழுத்தம், தேவையற்ற பயம், தேவையற்ற கவலை, திடீரென அழுவது போன்ற உணர்வு ரீதியான பிரச்னைகள் ஏற்படுகின்றன.

களைப்பு மற்றும் தூக்கமின்மை

ஹார்மோன்களின் ஏற்ற இறக்கத்தால்தான் தூக்கமின்மையும், அதன் தொடர்ச்சியாகக் களைப்பும் ஏற்படுகிறது. மறதி, எதிலும் கவனம் செலுத்த முடியாமை போன்ற உபவிளைவு களும் தோன்றுகின்றன.

உடலுறவில் நாட்டமின்மை

ஈஸ்ட்ரோஜன் சுரப்பு குறைவதன் காரணமாக, பிறப்புறுப்பு காய்ந்து விடுவதால், அதன் சுவர்ப்புறம் மெலிந்து விடுகிறது. எனவே, உடலுறவுகொள்ளும்போது அதிக வலியும், அசௌ கரியமும் இருக்கும். வலி மிகுந்த உடலுறவில் வெறுப்பு ஏற் பட்டு நாளடைவில், சுத்தமாக ஆர்வமில்லாமல் போய்விடும்.

மார்பகங்களில் மாற்றம்

மெனோபாஸுக்கு முன்பு, மார்பகங்களில் பல மாற்றங்கள் ஏற்படும். சிலருக்கு மார்பகம் தளர்ந்து சிறியதாகிவிடும். மார்பகத்தில் கட்டிகள் தோன்றுவதும் பொதுவாகக் காணப் படும் அறிகுறி! இவை சாதாரண கட்டிகளாகவும் இருக்கலாம் அல்லது கேன்சர் கட்டிகளாகவும் இருக்கலாம்.

எனவே, இக்காலகட்டத்திலுள்ள பெண்கள் மாதமொரு முறை மார்பகப் பரிசோதனை செய்துகொள்ள வேண்டும். கட்டிகள் உள்ளனவா என்று சுய பரிசோதனையும் செய்து பார்க்கலாம். கட்டிகளில் வலி இருப்பதோடு, ஒருவிதமான திரவமும் சுரந்தால் உடனே மருத்துவரை அணுகவேண்டும்.

மார்பகங்களைச் சுய பரிசோதனை செய்துகொள்ள கீழ்க்கண்ட வழிமுறைகளைக் கடைப்பிடியுங்கள்.

- ஆளுயர அல்லது மார்பளவு உள்ள கண்ணாடி முன் நின்றுகொள்ளுங்கள்.

- இடுப்பில் கைகளை வைத்து அழுத்திக்கொண்டு தோள்களை முன்னால் தள்ளி இரு மார்பகங்களையும் தனித்தனியே பார்க்க வேண்டும்.

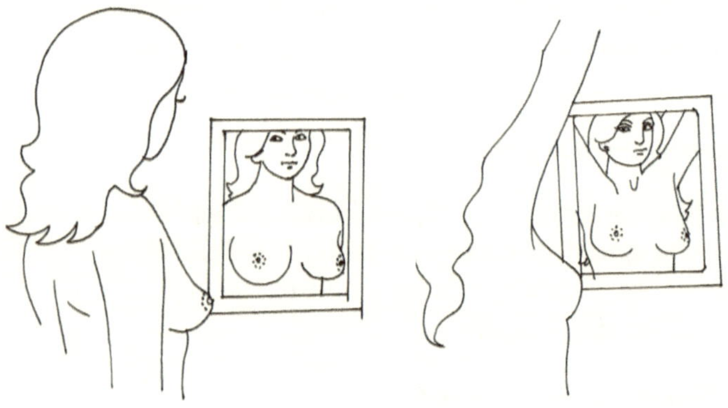

- இரு கைகளையும் தலைக்கு மேலே உயர்த்தி வைத்து மார்பகங்களைப் பார்க்க வேண்டும். கையை உயர்த் திய நிலையில் வலதும் இடதும் திரும்பி மார்பகங் களின் பக்கவாட்டுத் தோற்றத்தையும் சோதிக்க வேண்டும்.

- வலது மார்பகத்தில் மேலிருந்து கீழாகவும், கீழிருந்து மேலாகவும், வட்ட வடிவமாகவும் இடதுகையால் சற்று அழுத்தித் தடவிப் பார்க்க வேண்டும். நடுவி லுள்ள மூன்று விரல்களைப் பயன்படுத்தி, மார்பின் காம்பு முதற்கொண்டு மார்பகம் முழுவதும் சோதனை செய்ய வேண்டும்.

 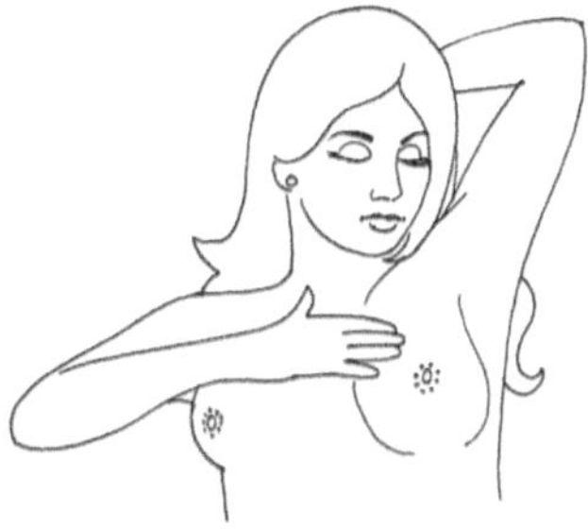

- இதேபோல, வலது கையால் இடது மார்பகத்தைப் பரிசோதிக்க வேண்டும்.

- தரையில் படுத்துக்கொண்டு, ஒரு கையை தலைக்கு மேல் நீட்டி, மற்றொரு கையால், மார்பகத்தை மேலே சொன்னபடி பரிசோதிக்க வேண்டும்.

எலும்புகளில் மாற்றம்

மாதவிலக்கு முற்றுக்கு முந்தைய காலத்தில், வலை போன்று நெருக்கமாக இருக்கும் எலும்புகளின் அடர்த்தி வெகுவாகக் குறைகிறது. எனவே, மூட்டுகளில் வலி அதிகரிக்கிறது. முதுகுத் தண்டுவட எலும்புகள் சேதமடைந்து அதிக வலியை உண்டாக்குகின்றன. இந்த வலி தீவிரமடைந்து, முதுகு வளைந்து, கூன் விழவும் வாய்ப்புண்டு.

மெனோபாஸ் (Menopause)

பருவமடைகிற வயது ஒவ்வொரு பெண்ணுக்கும் வேறுபடு வது போல, மாதவிலக்கு முற்றுப் பெறுகிற வயதும் வேறுபடும். பொதுவாக, 40 வயதிலிருந்து 58 வயதுக்குள் பெண்களின் மாதவிலக்கு முடிவடையலாம். சில பெண்கள், 40 வயதிலேயேகூட மெனோபாஸ் நிலையை அடையலாம். இன்னும் சிலருக்கு 35 வயதிலேயேகூட மாதவிலக்கு முற்றுப்பெறலாம்.

ஒவ்வொரு பெண் குழந்தையும் தனது கருவகத்தில் கருவணுக்களைச் சுமந்துகொண்டுதான் பிறக்கின்றன என்பதை முன்னரே குறிப்பிட்டிருக்கிறேன். கருவணுக்களின் எண்ணிக்கை ஒவ்வொரு பெண்ணுக்கும் ஒரே மாதிரி இருக்காது. குறைந்த அளவு கருவணுக்களோடு சில பெண் குழந்தைகள் பிறப்பதுண்டு. அப்படிப் பிறந்தவர்கள்தான் பின்னாளில் 35, 40 வயதிலேயே மெனோபாஸ் நிலையை அடைகிறார்கள்.

தவிர்க்க முடியாத காரணங்களினால், சில பெண்களின் சூலகத்தை அகற்ற வேண்டிவரும். சிலருக்கு கேன்சர் போன்ற நோய்களுக்காக, ரேடியோ தெரபி சிகிச்சை அளிக்கப்பட்டு வரலாம். அப்படிப்பட்ட பெண்களுக்கு விரைவில் மாதவிலக்கு நின்றுவிட வாய்ப்புண்டு.

மெனோபாஸை விரைவில் அடையும் பெண்களிடத்தில் அசாதாரணமான அறிகுறிகள் எதுவும் தோன்றுவதில்லை. சாதாரணமாக ஒரு பெண் மெனோபாஸை நெருங்கும் சமயத்தில் உருவாகும் அதே அறிகுறிகள்தான் இவர்களிடத் திலும் காணப்படும்.

ஹார்மோன் குறைவாகச் சுரப்பது, மன அழுத்தம், உடலுற வில் நாட்டமின்மை, களைப்பு மற்றும் தூக்கமின்மை, மறதி, இனப்பெருக்க உறுப்புகளில் ஒழுங்கின்மை போன்ற அறிகுறிகள் மெனோபாஸ் சமயத்திலும் தொடரும். அவற்றின் விளைவாக பல்வேறு நோய்களின் தாக்குதலுக்கு ஆளாக நேரிடும். அவை:

1. சிறுநீர்ப் பாதையில் தொற்று

2. பிறப்புறுப்பில் தொற்று

3. கர்ப்பப்பையின் வாயில் ஏற்படும் தொற்று

4. ஒழுங்கற்ற உதிரப்போக்கு

5. கருத்தடைச் சாதனங்களால் தோன்றும் பிரச்னைகள்

6. பாதுகாப்பற்ற உடலுறவின் மூலம் உருவாகும் நோய்கள்

7. மாதவிலக்கு நின்று நீண்ட காலத்துக்குப் பிறகு திடீரென தொடரும் உதிரப்போக்கு

8. சிறுநீர், மலம் அடக்கமுடியாமை

9. அதீத உடல் பருமன்

10. இதயக் கோளாறு, ரத்த அழுத்தம், நீரிழிவு

11. மார்பக கேன்சர்

12. எலும்பு தேய்மானம்

இவற்றுள் இதய நோயும், மார்பகக் கேன்சரும், எலும்புத் தேய்மானமும்தான் மெனோபாஸ் சமயத்தில் பெண்களை அதிகமாகத் தாக்கக்கூடியவை. இந்த நோய்கள் பரம்பரை யிலேயே இருக்குமானால் அந்தக் குடும்பத்துப் பெண்களும் பாதிக்கப்பட நிறைய வாய்ப்பிருக்கிறது.

சரி. இவற்றையெல்லாம் சமாளித்து, எப்படி இந்தக் கால கட்டத்தைக் கடப்பது? மனரீதியாக உங்களைத் தயார்ப் படுத்திக்கொள்ள வேண்டும். அதுதான் முதல் வேலை.

கொஞ்சம் ஃபிளாஷ்பேக் போய்ப் பாருங்கள். பருவமடை தலையும், மாதவிலக்குச் சுழற்சியையும் இயல்பான நிகழ்வாக எடுத்துக்கொள்ளச் சொன்னேன் இல்லையா? அதுபோலவே மெனோபாஸையும் எடுத்துக்கொண்டால் பயணத்தில் சிரமம் இருக்காது-

மெனோபாஸ் முடிந்துவிட்டாலே வாழ்க்கை முடிந்து விட்டதாகப் பலரும் அர்த்தப்படுத்திக் கொள்கின்றனர். அந்த நெகட்டிவ் மனநிலையையும் ஒழிக்க வேண்டும். மனத்தில் நேர்மறை எண்ணங்களையும், தன்னம்பிக்கையையும் வளர்த்துக்கொள்ள வேண்டும். நட்பு வட்டத்தைப் பெருக்கிக் கொண்டு, உடலையும், மனத்தையும் இளமையாக வைத்துக் கொள்ள வேண்டும்.

எது வந்தாலும் எதிர்கொள்ளும் அளவுக்கு மனத்தைக் கேடயமாய் தயார்ப்படுத்தியாயிற்றா? இப்போது உடல் பிரச்னைகளுக்கு வருவோம்.

'நமக்கு வயதாகி விட்டது. இனிமேல் உடம்பைக் கவனித்து என்னவாகப் போகிறது?' - நாற்பது வயதைத் தாண்டிய பெண்களின் பொதுவான டயலாக் இது. இந்த மனநிலையை அடியோடு மாற்றவேண்டும். இந்த வயதில்தான் உடல் ஆரோக்கியத்தில் பெண்கள் கூடுதலாகக் கவனம் செலுத்த வேண்டும்.

ஆரோக்கியத்தைத் தக்க வைத்துக்கொள்ளவும், நோய்களி லிருந்து பாதுகாத்துக்கொள்ளவும் தகுந்த வழிமுறைகளைப் பின்பற்ற வேண்டும்.

உதாரணமாக, மார்பகப் புற்றுநோயைத் தவிர்ப்பதற்காக, மார்பகப் பரிசோதனையை மாதமொருமுறை செய்துகொள்ள லாம். எலும்புத் தேய்மானத்தைத் தவிர்க்க, கால்சியம் அதிகமுள்ள உணவுகளை எடுத்துக்கொள்ளலாம்.

ஹார்மோன் மாற்று சிகிச்சை

மகப்பேறு மருத்துவரின் பரிந்துரையின்பேரில் சிலர், ஹார் மோன் மாற்று சிகிச்சை (Harmone replacement therapy) செய்து கொள்ளலாம்.

இந்த சிகிச்சையின் அவசியம் என்னவென்று தெரிந்து கொள்வது நல்லது.

ஈஸ்ட்ரோஜனும், புரஜஸ்ட்ரோனும் மெனோபாஸ் சமயத் தில், சுரக்காமல் ஸ்ட்ரைக் அடிக்கின்றன. அதனால் பல்வேறு பக்க விளைவுகள் ஏற்படுகின்றன என்பதை முன்னரே பார்த்தோம்.

ஹார்மோன்களின் குறைபாட்டை நீக்க, செயற்கை முறையில் அவற்றை உடலுக்குள் செலுத்த வேண்டும். ஈஸ்ட்ரோஜன், புரஜஸ்ட்ரோன் ஆகியவை மாத்திரை வடிவில் கிடைக் கின்றன. கர்ப்பப்பை அகற்றப்பட்ட ஒரு பெண்ணுக்கு ஈஸ்ட்ரோஜன் மட்டும் போதுமானது. ஆனால், கர்ப்பப்பை இருக்கிற நிலையில் புரஜஸ்ட்ரோனும் அவசியம். கர்ப்பப்பைப் புற்றுநோயைத் தடுப்பதில் இந்த ஹார்மோன்

முக்கியப் பங்கு வகிக்கிறது. மருத்துவரின் ஆலோசனைப் படி, எந்த மாத்திரை தேவையோ அதை எடுத்துக்கொள்ள வேண்டும்.

மாதவிலக்கு நிற்பதற்கு முன்னும், பின்னும் தீவிரமான அறிகுறிகளைச் சந்தித்த பெண்ணுக்கு ஹார்மோன் மாற்று சிகிச்சை மிகுந்த பயனளிக்கும். புற்றுநோய்க்கான அறிகுறி உள்ளவர்களுக்கும் இந்த சிகிச்சை மிக அவசியமானது.

அதே சமயம், வாழ்நாள் முழுக்க ஹார்மோன் மருந்துகளைத் தொடர வேண்டிய அவசியமில்லை. மருத்துவரின் வழி காட்டுதலின் பேரில், இச்சிகிச்சையை தேவைப்படும்போது எடுத்துக்கொள்ளலாம்.

மருந்து என்று எடுத்துக்கொண்டால் வெறும் பலன்கள் மட்டும்தானா? பக்க விளைவுகளும் இருக்கும்தானே? ஹார்மோன் மாற்று சிகிச்சையிலும் அந்த அபாயம் உண்டு.

இச்சிகிச்சையால் சிலருக்கு காரணமில்லாத உதிரப்போக்கு ஏற்படும். கர்ப்பப்பையின் உட்புறச் சுவரை புற்றுநோய் பாதிக்கக்கூடும். ஈஸ்ட்ரோஜன் மட்டும் தரப்பட்டால் மார்பகப் புற்றுநோய் வரவும் வாய்ப்பிருக்கிறது. மேலும் ஒற்றைத் தலைவலி, கல்லீரல் நோய்கள், நீரிழிவு, மூச்சிரைப்பு போன்றவைகளும் தாக்கக்கூடும். சிலருக்கு உடல் எடை அதிகரித்தல், மார்பகத்தில் வீக்கம், வயிற்றுப் பிரட்டல் போன்ற பிரச்னைகள் ஏற்படக்கூடும்.

எனவே, இந்த சிகிச்சையை தொடர்வதா, வேண்டாமா, எந்தக் கால இடைவெளியில் இதை எடுத்துக்கொள்வது, எவ்வளவு எடுத்துக்கொள்வது போன்ற விவரங்களையெல்லாம் மருத்துவரிடம் கேட்டுத் தெரிந்துகொள்வது நல்லது.

மார்பகப் புற்றுநோய்

ஒரு பெண்ணுக்கு மார்பகப் புற்றுநோய் வர பல காரணங்கள் இருக்கின்றன. கர்ப்பம் தரிக்காத பெண்கள், 30 வயதுக்கு மேல் தாயானவர்கள், விரைவிலேயே பூப்படைந்தவர்கள், 55 வயதுக்குமேல் மெனோபாஸை அடைந்தவர்கள் - இவர்களுக்கெல்லாம் மார்பகப் புற்றுநோய் வர அதிக வாய்ப்பிருக்கிறது.

ஒரு குடும்பத்தில் அம்மா, அத்தை, பாட்டி, சித்தி, பெரியப்பா என யாருக்கு இந்த நோய் இருந்தாலும், அந்தக் குடும்பத்தைச் சேர்ந்த பெண்கள் எச்சரிக்கையோடு இருக்கவேண்டும்.

அதிக கொழுப்புள்ள உணவைத் தவிர்க்க வேண்டும். உடல் எடையைக் கட்டுப்பாட்டுக்குள் வைத்திருக்க வேண்டும். புகைப்பிடித்தல், குடிப்பழக்கம் ஆகியவற்றுக்கு 'குட்பை' சொல்லிவிட வேண்டும்.

மாதமொருமுறை மார்பகப் பரிசோதனை செய்துகொள்வதன் மூலம், முன்னெச்சரிக்கை நடவடிக்கைகளை மேற்கொள்ள லாம். இதய நோய்களிலிருந்தும், எலும்புத் தேய்மானத் திலிருந்தும் தப்பிக்க, சில இயற்கையான மருத்துவ முறை களைப் பின்பற்றலாம். செயற்கையான ஹார்மோன் மாற்றுச் சிகிச்சைக்கு ஒரு சிறந்த மாற்றாகவும் இந்த முறைகள் அமையும்.

ஆரோக்கியமான உணவு, உடற்பயிற்சி, தியானம் - இந்த மூன்றையும் உள்ளடக்கியதுதான் இயற்கை முறை.

ஆரோக்கியமான உணவு

சோயாபீன்ஸில் ஈஸ்ட்ரோஜன் மற்றும் புரஜஸ்ட்ரோன் இரண்டுமே கிடைக்கின்றன. எனவே உணவில் சோயாவை அதிகம் சேர்த்துக்கொள்ளலாம். ஓமேகா-3 ஃபேட்டி அமிலம் (fatty acid), விட்டமின் C ஆகியவை அடங்கிய உணவுகளை யும், பழங்கள், நார்ச் சத்துள்ள காய்கறிகளையும் சேர்த்துக் கொள்ள வேண்டும்.

சர்க்கரையை குறைக்க வேண்டும். எலும்புத் தேய்மானத்தைத் தவிர்க்க, போதுமான அளவு கால்சியம், விட்டமின் D மற்றும் மெக்னீசியம் ஆகியவற்றை சேர்த்துக்கொள்ள வேண்டும். பால், புரோகோலி (Broccoli) மற்றும் பீன்ஸ் ஆகியவற்றில் கால்சியம் அடங்கியுள்ளது. விட்டமின் D பாலிலிருந்து கிடைக்கும் பொருட்களில் உள்ளது. தானியங்களிலும் பச்சைக் காய்கறிகளிலும் மெக்னீசியம் கிடைக்கும்.

உடற்பயிற்சி:

இவ்வயதில் ஏற்படும் மாற்றங்களை மன ரீதியாகவும், உடல் ரீதியாகவும் ஏற்றுக்கொள்ள உடற்பயிற்சி மிகவும் உதவு

கிறது. உடற்பயிற்சி செய்யும்போது, FSH எனும் ஹார்மோன் சுரப்பு குறைவதாக கண்டறிந்துள்ளனர். கருவணுவைத் தூண்டிவிடும் இந்த Follicile stimulating hormone -தான், மாதவிலக்கு நிற்கும் பருவத்தில், ஈஸ்ட்ரோஜன் சுரப்பைக் குறைத்து பல பிரச்னைகளைத் தோற்றுவிக்கிறது.

உடற்பயிற்சியின் மூலம் ஹார்மோன் குறைவதால் இவ் வயதில் உடல் தேவையில்லாத பிரச்னைகளிலிருந்து விடுபடு கிறது. மேலும் உடற்பயிற்சி செய்யும்போது, மூளையில் சுரக்கும் ஸெரோடோனின் எனும் சுரப்பி அதிகரிப்பதால், FSH மன அழுத்தம், பதட்டம் ஆகியவற்றைக் குறைத்து உடலையும், மனதையும் கட்டுப்பாட்டுக்குள் கொண்டு வருகிறது. குறிப்பாக இந்த வயதில் நடைபயிற்சி மிக அவசியம்.

இந்த காலத்தில் வயதான பெண்கள், தேகப் பயிற்சிக்கு மட்டும் முக்கியத்துவம் கொடுக்காமல், தங்கள் வெளித் தோற்றத்திலும் கவனம் செலுத்துகிறார்கள். அவர்களின் மனத்தளவில் ஏற்பட்டு இருக்கும் மாற்றத்தையே இது குறிக்கிறது. இதில் தவறே இல்லை. தங்களை அழகுபடுத்தி வயதைக் குறைப்பதன் மூலம் எதிர்மறையான எண்ணங்கள் குறைய வாய்ப்புண்டு.

மூலிகை மருந்துகள்:

சிலர் மூலிகை மருந்துகளை உட்கொள்வதினால் பல்வேறு உபாதைகளிலிருந்து விடுபட முடியும் என்கிறார்கள். ஆனால் எல்லோருக்கும் இதில் தீர்வு கிடைக்கும் என்று சொல்ல முடியாது. ஒவ்வொருவருக்கும் ஒவ்வொரு விதமான தேவை உள்ளது. இஞ்சி, பூண்டு, புதினா, கருணைக் கிழங்கு மற்றும் வாழைப்பூ போன்றவற்றால் சிறிது பலன் கிடைப்பதாகக் கூறலாம்.

விட்டமின் C, E மற்றும் B கரோட்டின், ஃபோலிக் அமிலம், மெக்னீசியம், விட்டமின் B6 மற்றும் விட்டமின் B12 ஆகியவற்றை மாத்திரைகளாக (மருத்துவரின் ஆலோசனைப் படி) உட்கொண்டால் இதய நோயிலிருந்தும் எலும்புத் தேய்மானத்திலிருந்தும் பாதிக்கப்படாமல் காத்துக் கொள்ளலாம்.

கோயென்ஸைம் Q10 (Coenzyme Q10), L- ஆர்கினைன் ஆகியவையும் இதய நோயிலிருந்து காக்கின்றன. மேலும் போரான், கால்சியம், தாமிரம், விட்டமின் D, ஓ மற்றும் ஸிங்க் (Zinc) ஆகியவை எலும்பை வளப்படுத்தவும் பாதுகாக்கவும் உதவுகிறது. சோயாகூட மாத்திரை வடிவில் கிடைக்கிறது.

மனதும் உடலும்:

நம் மனது என்ன நினைக்கிறதோ, அதைத்தான் உடல் வெளிப்படுத்துகிறது. மன அழுத்தம் உடலின் நிலையை தீவிரப்படுத்தி இதய நோய்களுக்கும் புற்று நோய்க்கும் வழி வகுக்கும். ஆகையால், யோகா, ஆழ்நிலை தியானம், ஆழ்ந்த மூச்சுப் பயிற்சி, உடல் தசைகளைத் தளர்த்தி செய்யும் உடற்பயிற்சி போன்றவற்றை தகுந்த பயிற்சி பெற்ற, அனுபவம் வாய்ந்தவரிடம் கற்றுத் தொடர்ந்து செய்து வந்தால் நல்ல பலன் கிடைக்கும்.

மெனோபாஸ் காலத்தைக் கடப்பதுதான் ஒரு பெண்ணுக்கு கடினமான பயணமாக அமையும். அந்த பயணத்திலுள்ள சிரமங்களைத் தாங்கிக்கொள்ள மனதும், உடலும் வலிமை யானதாக, சக்தி மிகுந்ததாக இருக்கவேண்டும்.

அந்த வலிமையையும் சக்தியையும் புதிதாக உருவாக்க முடியாது. வாழ்க்கையின் அனைத்துப் பருவங்களையும், ஆரோக்கியமான உடல் - மனநலத்தோடு கடந்து வந்தால், மெனோபாஸ் காலத்தை எதிர்கொள்ளும் சக்தியும் தானாகவே வந்துவிடும்.

'மெனோபாஸ் என்பது ஒரு நோய் அல்ல. வாழ்க்கையில் ஏற்படும் ஒரு மாறுதல்' என்கிற தெளிவு ஏற்பட்டு விட்டாலே போதும். பெண்களால் இந்நிலையை எளிதாகக் கடந்துவிட முடியும்.

குடும்பத்தினரின் ஆதரவும், அரவணைப்பும்

மெனோபாஸை எதிர்கொள்ள, ஒரு பெண்ணின் மனத்தள வில் ஏற்பட்டிருக்கும் போராட்டத்துக்கு குடும்பத்தின் ஆதரவும், அரவணைப்பும் மிகமிக அவசியம்.

மெனோபாஸ் காலத்தில், சாதாரண வேலையைக்கூட ஒரு பெண்ணால் சுலபமாகச் செய்யமுடியாது. குடும்பத்தின்

மையமாகச் சுற்றிச் சுழன்ற அவளால், ஒரு சிறிய கஷ்டத்தைக் கூட தாங்கமுடியாது. முடிவெடுப்பதில் திணறுவது, சூழ் நிலையோடு அனுசரித்துப்போக முடியாமல் தடுமாறுவது என இயல்பு வாழ்க்கை பிரச்னைக்குரியதாகிவிடும். ஆங்கிலத்தில் இந்நிலையை helplessness and not being able to cope up & take reasonable decisions என்று குறிப்பிடுவார்கள்.

இது போதாதென்று, காரணமில்லாத கோபம், எரிச்சல், குடும்பத்தினரோடு சண்டை போன்ற வேறுசில பிரச்னை களும் உருவாகும்.

இவற்றையெல்லாம் எதிர்கொண்டு போராடும் பெண்ணை, அவளது கணவன்தான் முதலில் புரிந்துகொள்ள வேண்டும். மனைவியின் கோபத்தையும் எரிச்சலையும் கண்டு கணவனும் கோபப்படக் கூடாது. மெனோபாஸால்தான் மனைவியிடம் இத்தகைய மாறுதல்கள் ஏற்பட்டிருக்கின்றன என்பதை முதலில் புரிந்துகொள்ள வேண்டும். அந்த மாறுதல் களை ஏற்றுக்கொள்வதோடு மட்டுமன்றி, அவளுக்கு அனுசரணையாகவும் நடந்துகொள்ள வேண்டும்.

மனைவியின் சூழலை தான் புரிந்துகொண்டதோடு மட்டு மன்றி, பிள்ளைகளுக்கும் எடுத்துச்சொல்லி புரிய வைக்க வேண்டும். சமாளிக்க முடியாத சூழலில், கணவன் - மனைவி யோடு பொறுப்புகளைப் பகிர்ந்துகொள்ள வேண்டும். அவள் சோர்ந்துவிடும் சமயங்களில் ஆறுதலாகப் பேசவேண்டும்.

கூட்டுக் குடும்பத்தில் இருக்கும்பட்சத்தில், பிறர் அவளை அனாவசியமாக தொல்லை செய்யாமல் இருந்தாலே போதும்.

குடும்பத்திலுள்ள கணவனும், பிள்ளைகளும் புரிந்து நடந்து கொள்வதை விடவும் மகிழ்ச்சியான விஷயம் ஒரு பெண்ணுக்கு வேறு இருக்கமுடியாது. அதே சமயம், குடும் பத்தின் புரிதல் இல்லையெனில், ஒரு பெண் மனத்தளவில் பாதிக்கப்பட்டு, அத்தியாயத்தின் துவக்கத்தில் சொன்னது போல பைத்தியமாக மாறுவதற்கும் வாய்ப்புண்டு.

குடும்பத்தின் ஒருங்கிணைந்த முயற்சியே ஒரு பெண், மெனோபாஸ் காலத்தை வெற்றிகொள்ள சிறந்த வழி

மாதவிலக்கு நின்றபின் வரும் காலம்

Post menopause காலத்தில், கருவகங்கள், கருவணுக்கள் ஏதுமின்றி காலிப்பெட்டி போல காணப்படும். கருவணுக்கள் இல்லாததால், ஈஸ்ட்ரோஜன் உற்பத்தியும் வெகுவாகக் குறைந்துவிடும்.

பெண்ணுக்குரிய சில தன்மைகளையும், இயக்கங்களையும் ஈஸ்ட்ரோஜன் தனது பொறுப்பில் வைத்திருக்கிறது. அதன் அளவு கிட்டத்தட்ட 0 என்கிற நிலைக்கு இறங்கி விடுவதால், சில பெண்களுக்கு, ஆணைப்போல முகத்தில் முடி வளரக் கூடும்.

மாதவிலக்கு முற்றுப்பெறும் முன்னர், உடலில் ஏற்பட்ட தொந்தரவுகள், இந்தக் காலத்தின்போது தீவிரமடையும். தோல் காய்ந்து, சுருங்கிப்போகும். தலைமுடியும், மற்ற இடங்களிலுள்ள ரோமங்களும் நரைப்பதோடு மட்டுமன்றி உதிரவும் ஆரம்பிக்கின்றன.

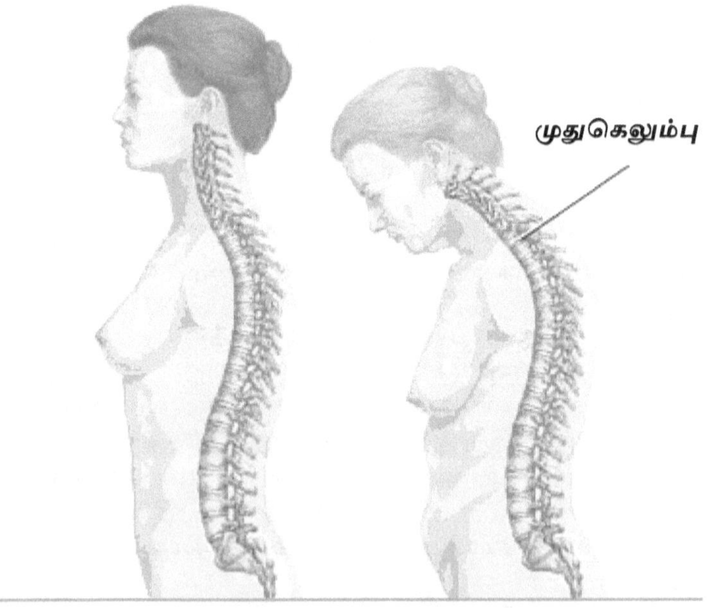

எலும்பு தேய்மானம்

வயிறு, குடல் மற்றும் கல்லீரல் போன்ற உறுப்புகளின் இயக்கம் மந்தமடையும். அதன் விளைவாகப் பசியுணர்வு குறைவதால், எடுத்துக்கொள்ளும் உணவின் அளவும் குறையும். அதனால் உடலுக்குத் தேவையான ஊட்டச் சத்துகள் கிடைக்காமல் போக, ரத்தச்சோகை, ஊட்டச்சத்துக் குறைவு போன்ற பிரச்னைகளுக்கு ஆளாக நேரிடும். உடலும் வெகுவாகத் தளர்ந்துவிடும்.

உடல் ஆரோக்கியத்துக்குத் தேவையான கால்சியமும், வைட்டமின்களும் கிடைக்காமல் போவதால், எலும்புத் தேய்மானம், மூட்டு வலி, பல் சொத்தை போன்ற பிரச்னை களும் உருவாகின்றன.

உணவின் மூலமாகக் குடலில் சேரும் கால்சியத்தை எலும்பு களுக்குக் கொண்டு சேர்க்கும் பணியை ஈஸ்ட்ரோஜனே கவனிக்கிறது. அதன் சுரப்பு குறைவதால் கால்சியப் பற்றாக்குறை ஏற்பட்டு, எலும்புகளின் அடர்த்தி வெகுவாகக் குறைந்து விடுகிறது.

லேசாக அடித்தாலும் முறிந்துவிடுகிற அளவுக்கு எலும்புகள் பலவீனமாகி விடுகின்றன. முதுகுத் தண்டு முன்நோக்கி வளைவதால் கூன் விழுகிறது. கண் பார்வை மங்குகிறது. ஜீரண சக்தியும் அபரிதமாகக் குறைந்துவிடுகிறது.

இரவில் தூக்கம் இல்லாமல் போவது, கர்ப்பப்பை இறங்கி விடுவது, மலச்சிக்கல் போன்ற பிரச்னைகளும், இந்த காலத்தின் போது பொதுவாகக் காணப்படுகின்றன. சர்க்கரை வியாதி, இதயம் சம்பந்தப்பட்ட பிரச்னைகள், இனப்பெருக்க உறுப்புகளில் புற்று போன்ற பிரச்னைகளாலும் சிலர் பாதிக்கப்படலாம்.

சிறுநீரகப் பாதை மற்றும் இனப்பெருக்க உறுப்புகளில் மாற்றம்:

பிறப்புறுப்பின் பாதை குறுகியும், குறைந்தும் காணப்படும். பிறப்புறுப்பின் ரோமங்கள் உதிரத் தொடங்கும். அக்குள் ரோமங்களும் உதிர்ந்து விடும். பிறப்புறுப்பு மிகவும் காய்ந்து விடுவதால் எளிதில் தொற்று ஏற்படும் வாய்ப்புள்ளது. சிறுநீரகப்பை தளர்ந்து விடுவதால், சிறுநீரை கட்டுப்படுத்திக்

கொள்ள முடியாது. எனவே, அடிக்கடி கழிக்க வேண்டியிருக் கும். அதனாலும் எளிதில் தொற்று ஏற்பட வாய்ப்புண்டு.

கர்ப்பப்பை, வாய்ப்பகுதி மற்றும் கரு இணைக்குழாய்களின் செயல்பாடின்மையால் சுருங்கத் தொடங்குகிறது. மார்பகம் தளர்ந்து தொங்கி விடுகிறது.

உடல் முழுவதும் ஏற்படும் இத்தகைய பாதிப்புகளின் காரணமாக, மன வலிமை கடுமையாகப் பாதிக்கப்படும்.

சரி... இந்தப் பிரச்னைகளெல்லாம் ஏற்படாமல் தடுக்க முடியாதா என்றால், ஆமாம் என்றுதான் பதில் சொல்ல வேண்டியிருக்கும். ஆனால், சரியான வாழ்க்கை முறையின் மூலமாக பிரச்னைகளைச் சமாளித்து வாழ முடியும்.

எது சரியான வாழ்க்கை முறை?

எளிதாக ஜீரணிக்கக்கூடிய உணவுகளை எடுத்துக்கொள்ள வேண்டும். சுவைக்காக முக்கியத்துவம் தராமல், ஆரோக்கிய மான உணவு வகைகளையே நாட வேண்டும்.

- கர்ப்பப்பை இறங்காமல் மருத்துவரின் ஆலோசனைப் படி சில உடற்பயிற்சிகளைச் செய்யலாம்.

- புற்றுநோய் வராமல் இருக்க, வருடாந்திர பரி சோதனைகளை மேற்கொள்ள வேண்டும். குறிப்பாக, கர்ப்பப்பை, மார்பகம், இதயம், கருவழிப்பாதை ஆகிய உறுப்புகளை அவ்வப்போது பரிசோதித்துக் கொள்வது நல்லது.

- ரத்த சோகை, ரத்தக் கொதிப்பு மற்றும் நீரிழிவு நோய்க்கான பரிசோதனைகளையும் செய்துகொள்ள வேண்டும்.

- யோகா, தியானம், உடற்பயிற்சி மூலமாக முதுமையை எதிர்கொள்ள மனதைத் தயார்ப்படுத்த வேண்டும்.

- தேவையில்லாத சிந்தனைகள் வராமல் இருக்க, தனிமையைத் தவிர்க்க வேண்டும்.

- எப்போதும் உற்சாகத்துடன் இருக்க மனதைப் பழக்கப்படுத்த வேண்டும்.

மேற்சொன்ன ஆலோசனைகளைப் பின்பற்றினால் அமைதி யான வாழ்க்கை இந்தப் பருவத்திலும் பெண்களுக்குச் சாத்தியமாகும்.

நான் முன்பே குறிப்பிட்டது போல, குடும்பத்தின் அன்பும், அரவணைப்பும் இதற்கு மிக அவசியம். பொதுவாக, முதுமைப் பருவம், இரண்டாவது குழந்தைப் பருவம் என்றே குறிப்பிடப்படுகிறது. ஏனெனில், ஒரு குழந்தையிடமுள்ள அனைத்து இயல்புகளும், முதுமையிலும் காணப்படும்.

உணவில் கட்டுப்பாடாக இருக்கச் சொன்னால் பிடிவாதமாக மறுப்பார்கள். பரிசோதனைகளுக்கு வரமாட்டேன் என்று அடம்பிடிப்பார்கள். அவர்களின் குழந்தைத்தனத்தைப் புரிந்துகொண்டு பக்குவமாக நடந்துகொள்ள வேண்டியது குடும்பத்தின் கையில்தான் இருக்கிறது.

தற்போதுள்ள சமூகச் சூழலில், பெற்றோரை தம்முடன் வைத்துப் பாதுகாக்க முடியாமல் பலர் தவிக்கிறார்கள். வேலை, குடும்பச் சூழல் என இதற்குப் பல காரணங்கள் இருக்கின்றன.

காரணங்களின் நியாயத்தைப் பற்றி ஆராயாமல், யதார்த்தமாக யோசிக்கலாம். பெற்றோரைத் தம்முடன் வைத்துப் பராமரிக்க முடியாதவர்கள், நல்ல முறையில் செயல்படுகிற முதியோர் இல்லத்தில் அவர்களைச் சேர்த்துவிடுவது நல்லது. அங்கே அவர்களுக்குப் போதிய பாதுகாப்பு கிடைப்பதோடு, சமவயதுள்ளவர்களின் பேச்சுத்துணை, மருத்துவ உதவி, நல்ல உணவு போன்ற அனைத்து வசதிகளும் கிடைக்கின்றன. உறவினர்களும் அவ்வப்போது அவர் களைப் போய் பார்த்துவிட்டு வரலாம்.

இந்தப் பிரச்னையை உணர்ச்சிப்பூர்வமாகப் பார்க்காமல் யதார்த்தமாக அணுகுவதுதான் சரி. தன்னம்பிக்கை, நேர்மறையான எண்ணங்கள், ஆரோக்கியத்தில் கவனம், நல்ல உணவு, உடற்பயிற்சி, தியானம், இளமையான மனது ஆகியவற்றை வாழ்க்கையின் கேடயங்களாகக் கொண்டிருந் தாலே போதும்.

இன்னல்கள் நிறைந்த பயணம்கூட இனிமையானதாக மாறிவிடும்.

11

பெண்ணுரிமை அறிவோமா?

'பெண்கள் நாட்டின் கண்கள்' என்கிறோம். அவர்களுக்கென வருஷத்தில் ஒரு நாளை ஒதுக்கி 'மகளிர் தினம்' என்று கொண்டாடு கிறோம். பெண்களை பெருமைப்படுத்தவும் சந்தோஷப்படுத்தவுமே இப்படியெல்லாம் செய்கிறோம். சரி, அதனால் மட்டுமே அவள் முழுமையான மகிழ்ச்சி அடைந்துவிட முடி யுமா? என்றால் இல்லை.

'நோயற்ற வாழ்வே குறைவற்ற செல்வம்' என்பதுபோல் ஒரு பெண்ணின் ஆரோக்கியத்தை ஒட்டியே அவளது மகிழ்ச்சி, சிந்தனை, செயல் எல்லாம் இருக்கும். ஒரு குடும்பத்தில் 'பெண்' நோய்வாய்ப்பட்டால் எல்லாமே ஸ்தம்பித்துப் போய்விடுகிறது. அவளது ஆரோக்கியம் இனப் பெருக்க உறுப்புகளைச் சார்ந்தே உள்ளது. வாழ் வின் ஒவ்வொரு நிலையிலும் இவ்வுறுப்புகளின் ஆரோக்கியம் பாதுகாக்கப்பட வேண்டும்.

ஒரு வரியில் சொல்வதெனில், பெண்ணுரிமை என்பதே இனப்பெருக்க உரிமைதான்.

பெண்ணுரிமை குறித்து உலக சுகாதார மையம் வகுத் திருக்கிற வரையறையும் இந்த கருத்தையே வலியுறுத்து கிறது.

வாழ்வின் ஒவ்வொரு நிலையிலும் ஆண் மற்றும் பெண்ணுடைய இனப்பெருக்க உறுப்புகளின் ஆரோக்கியம் அவர்களது உடல், மன மற்றும் சமுதாய நலனைச் சார்ந்தே உள்ளது.

ஆண்-பெண் இருவரும் தத்தம் இனப்பெருக்க உறுப்புகளைப் பாதுகாக்க வேண்டுமானால், தன் துணையைத் தேர்ந் தெடுக்கவும், பாதுகாப்பான மற்றும் திருப்தியளிக்கும் வகையில் உடலுறவு கொள்ளவும், குழந்தை பெற்றுக் கொள்ள வேண்டுமா அல்லது வேண்டாமா என்று முடி வெடுக்கவும், எப்போது குழந்தை பெற்றுக்கொள்ளலாம் என்று தீர்மானிக்கவும், அடுத்த கர்ப்பத்தைத் தவிர்க்கவும், இரு குழந்தைகளுக்கிடையே போதுமான இடைவெளி ஏற்படுத்திக் கொள்ளவும், கருத்தடைச் சாதனங்களை மருத்துவரின் ஆலோசனையுடன் உபயோகிக்கவும், இருவருக்குமே சுயமாக சிந்தித்துச் செயல்பட உரிமை உண்டு என்று அறிவிக்கிறது உலக சுகாதார மையம்.

ஆனால், நம் நாட்டைப் பொறுத்தவரை இத்தனை உரிமைகளும், ஒருதலைப்பட்சமாக ஆணுக்கு மட்டுமே வழங்கப்பட்டிருக்கின்றன.

குடிகாரக் கணவனின் கொடுமைக்குப் பயந்து வரிசையாய் குழந்தைகளைப் பெற்றுக்கொள்ளும் பெண்களும், எய்ட்ஸ் நோயைக் கணவனின் அன்பளிப்பாய் பெற்றுக்கொள்ளும் பெண்களும் அதிகரித்துக்கொண்டே வருகிறார்கள். பெண் களுடைய அறியாமையைத்தான் இது எடுத்துக் காட்டுகிறது.

இந்த அறியாமை நீங்க வேண்டுமெனில் பெண் கல்வி மிகமிக அவசியம். இது போன்ற தருணங்களில் அவளது கல்வி தற்காப்புக் கேடயமாக பயன்படும். ஆனால், கல்வியறிவு பெற்ற எல்லா பெண்களும் உரிமையைத் தக்க வைத்துக்கொள்கிறார்களா? என்றால் இல்லை.

தன் உடல் நலனையும் பொருட்படுத்தாமல் மாமியாருக்காக, கணவருக்காக என்று காரணம் சொல்லி அடுத்தடுத்த

குழந்தைகளைப் பெற்றுக்கொள்ளும் பல படித்தப் பெண் களை இன்றைய நவீன யுகத்திலும் பார்க்க முடிகிறது.

நம் நாட்டில்தான் பெண்களை 'மெல்லினம்' என்று கூறி அடக்கி வைத்திருக்கிறோம். குழந்தை பெற்றுக்கொள்வதும் குடும்பத்தைப் பராமரிப்பதும்தான் பெண்களின் கடமைகள். அப்படியே வேலை என்று வந்தாலும் ஆசிரியர், மருத்துவர், செவிலியர் போன்ற துறைகளில்தான் அவர்களால் பிரகாசிக்க முடியும் என்ற தவறான எண்ணம் மாறவேண்டும்.

இப்போது பெண்கள் எல்லாத் துறைகளிலும் முன்னேறி வருகிறார்கள் என்று சொல்கிறோம். ஆனாலும் எலெக்ட் ரீஷியன், பிளம்மிங், கட்டிட வேலை, ஓட்டுநர் (ஆட்டோ, பஸ், விமானம்) என்று எல்லா துறைகளிலும் அதிக அளவில் பெண்களின் பங்கு இருக்க வேண்டும். ரஷ்யாவில் பெண் கொத்தனார்கள் உண்டு. ஆனால் நம் நாட்டில் பெண்களுக்கு இன்னும் சித்தாளுக்கு மேல் பதவி உயர்வு கொடுக்கப் படவில்லை.

இவர்கள் ஏன் பின் தங்கியிருக்கிறார்கள்?

மாதவிலக்கு, கர்ப்பம், குழந்தை பிறப்பு, கருத்தடைச் சாதனங்களால் பிரச்னைகள், மெனோபாஸ் பிரச்னை என்று ஒவ்வொரு நிலையிலும் பெண்களில் ஆரோக்கியம் பாதிக்கப்படுவதால் அவர்கள் கடினமான வேலைகளுக்கு லாயக்கல்ல என்று பின் தள்ளப்படுவதே காரணம்.

உலகின் மற்ற நாடுகளில் உள்ள பெண்களுக்கு இதுபோன்ற பிரச்னைகள் வருவதில்லையா? அவர்கள் எல்லாத் துறை களிலும் நம்மைவிட அதிக முன்னேற்றம் அடைந்துள்ள னரே? என்று கேட்கலாம். அவர்களும் பெண்கள்தானே. இயற்கையின் எல்லாத் தொல்லைகளும் அவர்களுக்கும் உண்டு. ஆனால் அங்கே எல்லா வேலைகளையும் தம்பதியர் இருவரும் பகிர்ந்து கொள்கின்றனர்.

கணவன் பொறுப்பை ஏற்றுக்கொள்வதால் ஆரோக்கிய மில்லாத சமயங்களில் மருத்துவ உதவியுடன் ஓய்வும் பெண்ணுக்குக் கிடைக்கிறது. அதனால், விரைவிலேயே ஆரோக்கியம் திரும்பி விடுகிறது.

ரஷ்யாவில் ஒரு பெண், கொத்தனார் வேலையைச் செய்வது போல் வீட்டில் ஆண் சமைப்பது சாதாரணம். ஆனால் இங்கே, ஒரு ஆண் வீட்டுப் பொறுப்பை பகிர்ந்துகொள்ளும் பழக்கம் பெரும்பாலான வீடுகளில் இல்லை. இப்போதுதான் மெல்ல மெல்ல வர ஆரம்பித்திருக்கிறது. இந்நிலை இன்னும் பரவலாக வேண்டும்.

பெண்கள் தங்களது நிலையை உணராமல் இருப்பதற்கு அவர்களின் அடிப்படை மனோபாவம்கூட ஒரு முக்கியமான காரணமாக இருக்கிறது. 'ஆண்களுக்காகவே வாழப்பிறந்த வர்கள் நாம்' என்கிற மனப்பான்மை இன்னமும் பல பெண்களிடம் உள்ளது. சமையலறை, குடும்பம், கணவன், குழந்தை, அலங்காரப் பொருட்கள் இவற்றையே தங்களது உலகமென நம்பிக் கொண்டிருக்கிற பெண்களும் உண்டு. இந்த குறுகிய வட்டத்திலிருந்து பெண்கள் வெளியே வர வேண்டும்.

என்னிடம் சிகிச்சைக்கு வரும் எத்தனையோ பெண்கள் கருத்தரித்த உடனேயோ அல்லது குழந்தை பிறந்தவுட னேயோ ஆயிரக் கணக்கில் வருமானம் வரும் வேலையை நிமிடத்தில் உதறி விடுவதுண்டு. குழந்தைக்குத் தாய்ப்பால் கொடுக்கும் காலம் வரை ஓய்வு விடுப்பில் கழித்து பிறகு வேலையைத் தொடரலாம் என்றுதான் அவர்களுக்கு அறிவுறுத்துவேன். அப்போதுதான் அவர்கள் தங்களது தனித் தன்மையை தக்க வைத்துக்கொள்ள முடியும்.

மகளிர் தினத்தன்று புடைவை, நகைக்கடைகளில் தள்ளுபடி தருகிறார்கள். அதேபோல், சில மருத்துவமனைகளில் பெண் களுக்கான பிரத்யேக பரிசோதனைகளுக்காகும் செலவில் தள்ளுபடி கொடுக்கிறார்கள். ஆனால், கூட்டம் எங்கே செல்லும் என்றால் அது முதல் இடத்துக்குத்தான். நகை மற்றும் புடைவைகளின் மேல்தான் பெண்களின் சிந்தனை மற்றும் ஆர்வம் இருக்கிறது. உடன் வரும் கணவனோ அல்லது பிள்ளைகளோகூட, மருத்துவப் பரிசோதனைக்கான அவசியத்தை எடுத்துச் சொல்வதில்லை.

போதிய விழிப்புணர்வு இல்லாமல் இருப்பதே இவை எல்லா வற்றுக்கும் காரணம். இனப்பெருக்க நலனைப் பாதுகாத்துக் கொள்வது தங்களது உரிமை என்கிற விழிப்புணர்வு

அனைத்துப் பெண்களுக்கும் ஏற்பட வேண்டும். அந்த உரிமையை முழுமையாக உணர்ந்து, பெண்கள் தங்களது ஆரோக்கியத்தில் அக்கறை எடுத்துக்கொள்ள வேண்டும். அப்போதுதான் ஆண்களைப் போலவே பெண்களும் அனைத்துத் துறைகளிலும் கால்பதிக்கக்கூடிய சமநிலை உருவாகும்.

கிராமம், நகரம், ஏழை, பணக்காரன் என்கிற பாகுபாடின்றி அனைத்துத் தரப்புப் பெண்களும் தங்களது உரிமையை உணர்ந்து செயல்படும் நாளே, உண்மையான பெண்ணுரிமை நாளாகும்.

அந்த அற்புதமான நாளை நோக்கி பெண்ணினம் பயணப்பட வேண்டும்.

அந்த பயணம் இனிதே அமைய எனது வாழ்த்துகள்.

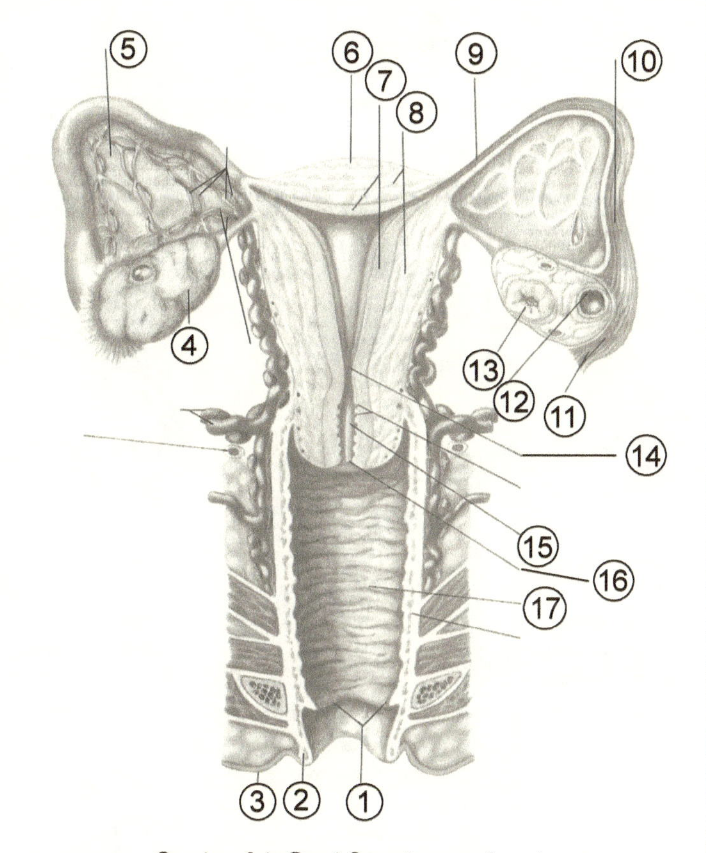

பெண்ணின் இனப்பெருக்க உறுப்புகள்

1. கன்னித் திரை (Hymen)

2. லேபியா மினோரா

3. லேபியா மஜோரா

4. கருவகம்

5. மீஸோசால்பிங்க்ஸ்

6. கர்ப்பப்பையின் மேற்பகுதி

7. கர்ப்பப்பையின் உள்ளுறை

8. கர்ப்பப்பை திசுச்சுவர்

9. கருஇணைக் குழாயின் இணைப்புப் பகுதி

10. கருஇணைக் குழாயின் குடுவை

11. கருஇணைக் குழாயின் விளிம்பு

12. கரு முட்டை

13. கருஅணு வெளிப் பட்ட கூடு

14. கர்ப்பப்பை கழுத்தின் உட்புறம்

15. கர்ப்பப்பை கழுத்தின் உள்பாதை

16. கர்ப்பப்பை கழுத்தின் வெளிப்புறம்

17. யோனிக் குழாய்

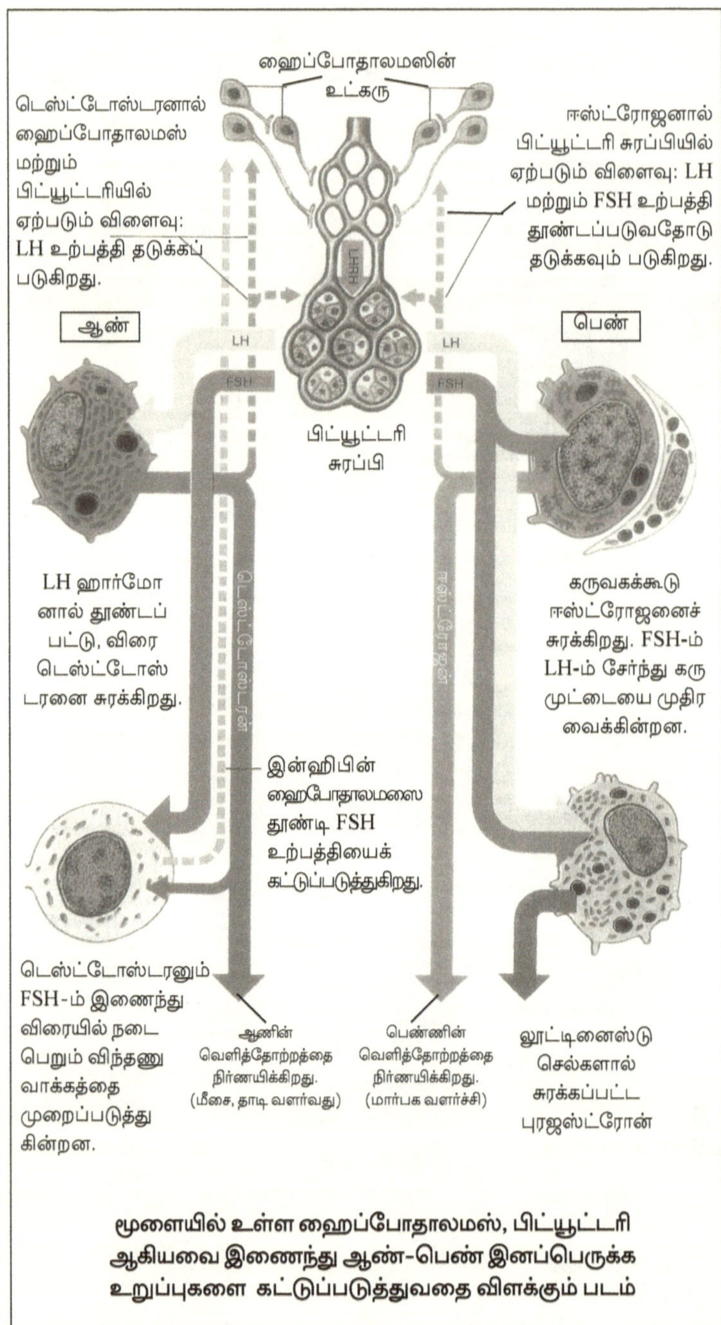

மூளையில் உள்ள ஹைப்போதாலமஸ், பிட்யூட்டரி ஆகியவை இணைந்து ஆண்-பெண் இனப்பெருக்க உறுப்புகளை கட்டுப்படுத்துவதை விளக்கும் படம்

ஹிஸ்ட்ரோ-சால்பிங்கோ-கிராபி (HSG) மூலமாக கருஇணைக் குழாயில் அடைப்பு இருக்கிறதா என்பதைக் கண்டறியும் முறை

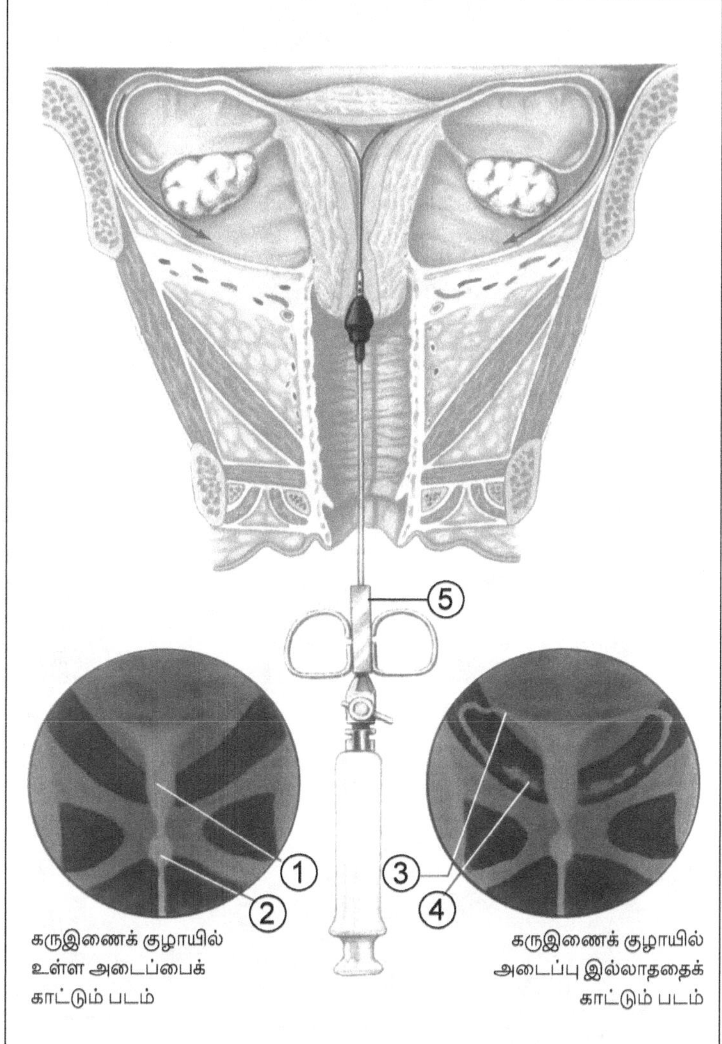

கருஇணைக் குழாயில்
உள்ள அடைப்பைக்
காட்டும் படம்

கருஇணைக் குழாயில்
அடைப்பு இல்லாததைக்
காட்டும் படம்

1. கர்ப்பப்பை

2. கேனுலா கருவியின் முனை

3. கருஇணைக் குழாய்

4. சிந்தியிருக்கும் திரவம்

5. கேனுலா கருவி (கருஇணைக் குழாயில் உள்ள அடைப்பைக் கண்டறிய உதவும் கருவி)

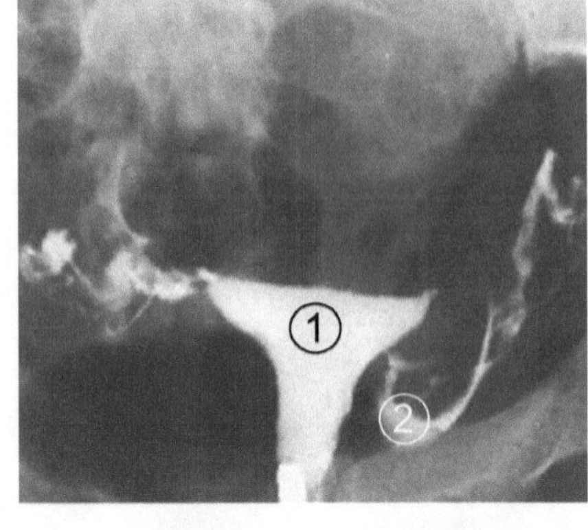

கர்ப்பப்பையும்
கருக்குழாயும்
ஆரோக்கியமாக
இருப்பதைக் காட்டும்
HSG (ஹிஸ்ட்ரோ
-சால்பிங்கோ-கிராபி)
படம்.

1. கர்ப்பப்பை
2. கருக்குழாய்

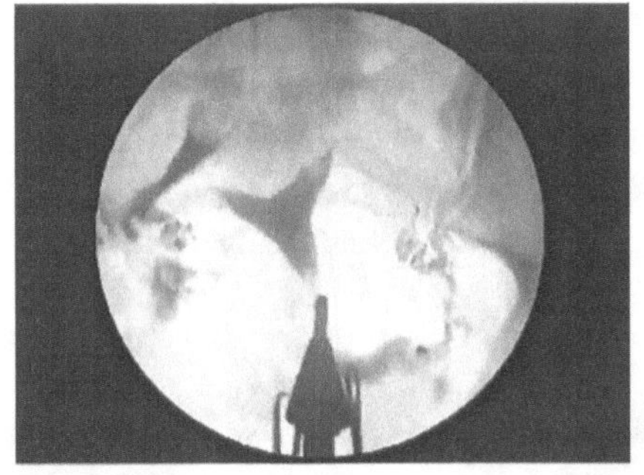

கர்ப்பப்பையும்
கருக்குழாயும்
ஆரோக்கியமாக
இருப்பதைக் காட்டும்
மற்றொரு HSG
(ஹிஸ்ட்ரோ
-சால்பிங்கோ-கிராபி)
படம்.

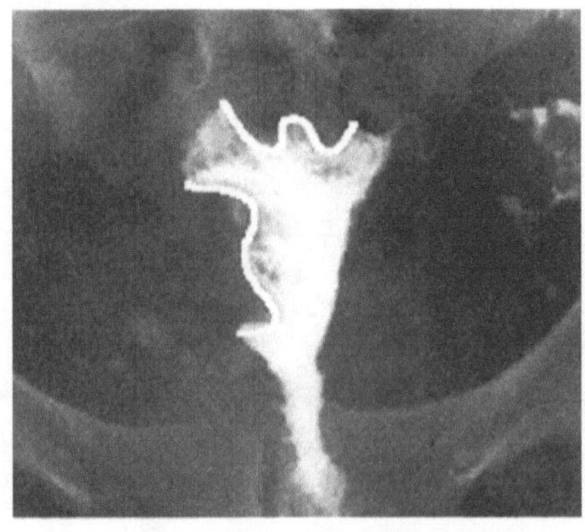

கருஇணைக்
குழாயிலுள்ள
அடைப்பையும்
கருப்பையின் ஒழுங்கற்ற
அமைப்பையும் காட்டும்
HSG (ஹிஸ்ட்ரோ
-சால்பிங்கோ-கிராபி)
படம்.

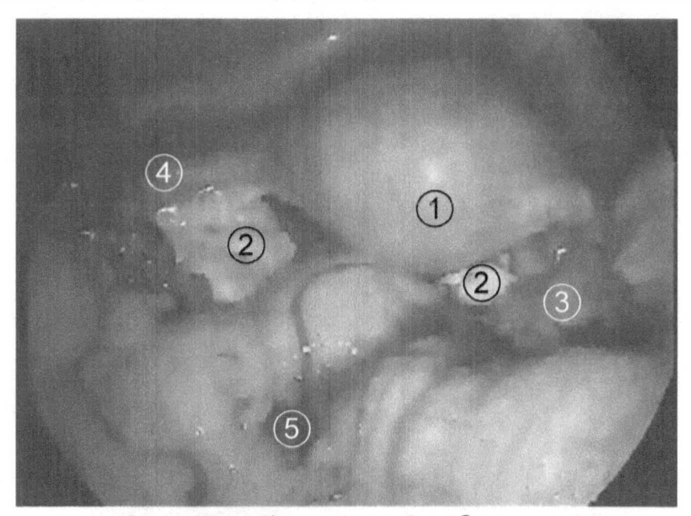

கருஇணைக் குழாயில் அடைப்பு இருக்கிறதா என்பதை
லேப்ரோஸ்கோப்பி முறையில் கண்டறியும் படம்.

1. கர்ப்பப்பையின் மேற்புறம்; 2. கருவகம்; 3. கருஇணைக் குழாயின் விளிம்பு;
4. கருஇணைக் குழாயின் உட்பகுதி; 5. சோதனைக்குப் பயன்படும் வண்ணத் திரவம்

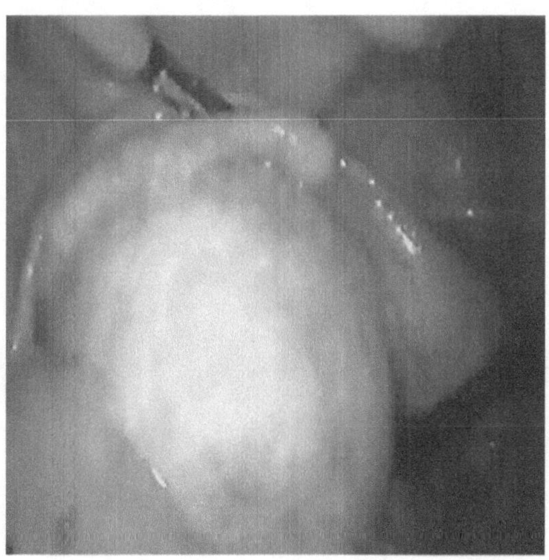

கருவகத்தில் உள்ள நீர்க்கட்டியைக் காட்டும்
லேப்ரோஸ்கோப்பி படம்.

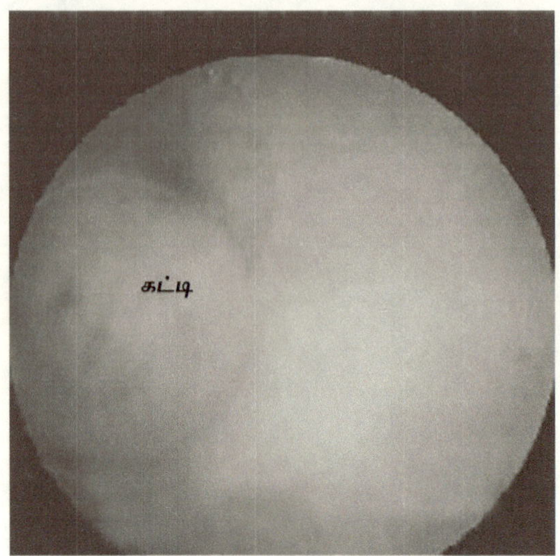

கருப்பைக்குள் இருக்கும் கட்டியைக் காட்டும்
ஹிஸ்ட்ரோஸ்கோப்பி படம்.

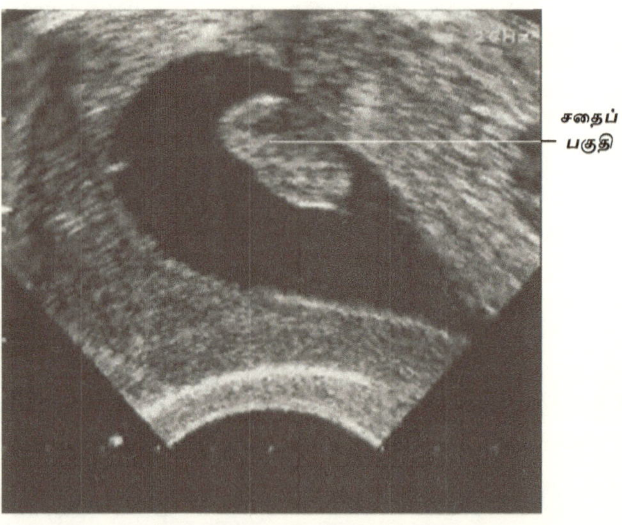

கர்ப்பப்பையின் உள்ளறையில் உள்ள கட்டியையோ அல்லது சதைப்
பகுதியையோ காட்டுகிற அல்ட்ரா சவுண்ட் ஸ்கேன் படம்.

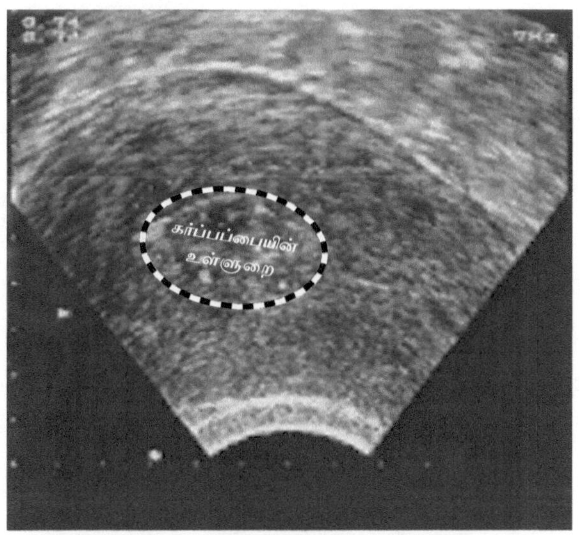

ஆரோக்கியமான கருப்பையைக் காட்டும்
அல்ட்ரா சவுண்ட் ஸ்கேன் படம்.

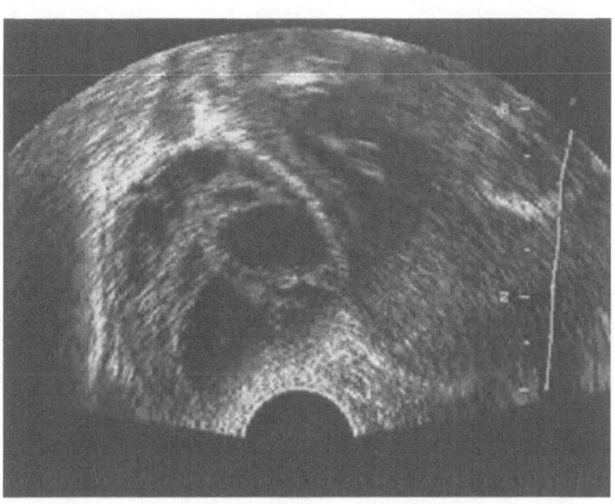

கருவகத்தில் நிறைய நீர்க்கட்டிகள் உருவாகி இருப்பதைக் காட்டும்
அல்ட்ரா சவுண்ட் ஸ்கேன் படம்.

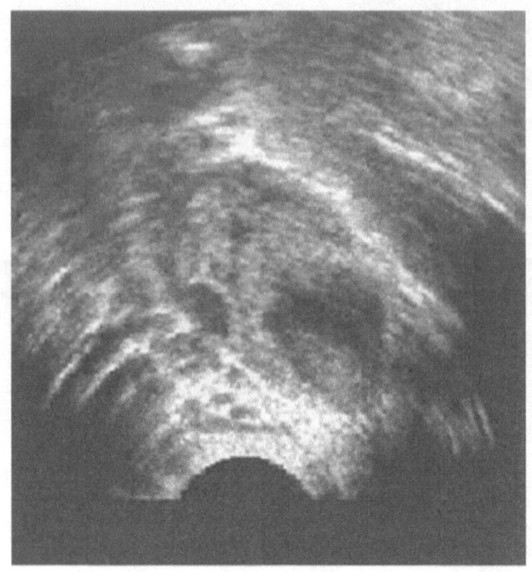

கருமுட்டை வெளியானதற்குப் பிறகான கருவகத்தின்
அல்ட்ரா சவுண்ட் ஸ்கேன் படம்.

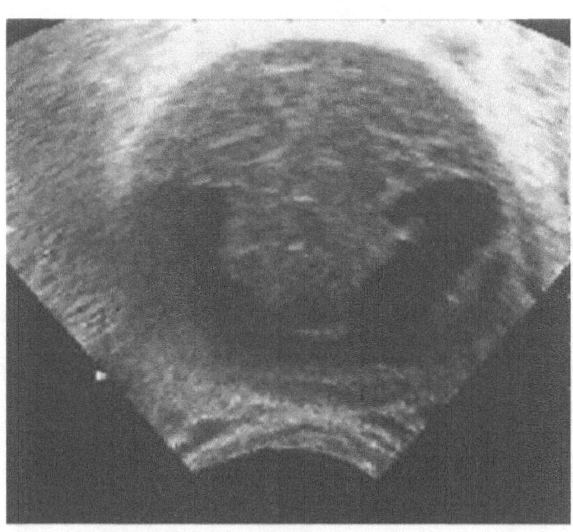

கருவகத்தில் உருவாகி இருக்கும் ரத்தக் கட்டியைக் காட்டும்
அல்ட்ரா சவுண்ட் ஸ்கேன் படம்.